వేదగణిత

అమోఘశక్తి

THE POWER OF
VEDIC MATHS

NOW IN
TELUGU

వేదగణిత అమోఘశక్తి

త్రికోణమితితో పాటు

2nd EDITION

THE POWER OF VEDIC MATHS

NOW IN TELUGU

అతుల్ గుప్తా

జైకో పబ్లిషింగ్ హౌస్

అహమ్మదాబాద్ బెంగుళూర్ చెన్నై

ఢిల్లీ హైదరాబాద్ కోల్‌కత్తా ముంబై

Published by Jaico Publishing House
A-2 Jash Chambers, 7-A Sir Phirozshah Mehta Road
Fort, Mumbai - 400 001
jaicopub@jaicobooks.com
www.jaicobooks.com

THE POWER OF VEDIC MATHS
వేదగణిత అమోఘశక్తి

ISBN 978-81-8495-724-2

స్వేచ్ఛానువాదం: మద్దూరి రాజ్యశ్రీ

First Jaico Impression: 2015
Third Jaico Impression: 2018

Printed by
Repro India Limited, Mumbai

విషయ సూచిక

ముందుమాట

ఎందరికో గణితశాస్త్రం అంటే అయిష్టం, విసుగు. పిల్లలకిగణితశాస్త్రం అంటే అయితే ద్వేషం లేకపోతే హడల్. దానికి కారణాలు అనేకం. స్కూలు, కాలేజీ విద్యార్థులకు, అధ్యాపకులకు, తల్లిదండ్రులకు, సామాన్య మానవులకు, గణితశాస్త్రంలో ప్రవేశం లేనివారికి- అందరికీ కూడ 'వేదగణితం' అనబడే కొన్ని అమోఘమైన కిటుకుల ద్వారా గణితశాస్త్రంలో లెఖ్ఖలను చేస్తుంటే పొందే ఆనందాన్ని రుచి చూపించాలన్న ఏకైక లక్ష్యంతో రాయటం జరిగింది ఈ పుస్తకం.

ఈ కిటుకులని వేదాల్లోని 16 సూత్రాల (మంత్రాల) నుంచి గ్రహించటమైనది. భారతదేశంలోని ప్రాచీన హిందువులకు అతి పురాతనమైన గ్రంధాలు ఈ వేదాలు. జీవితంలోని అన్ని కోణాలనుంచీ ఆచరణీయమైన జ్ఞానాన్ని నిక్షిప్తం చేసుకున్న అంతులేని విజ్ఞానగనులవి. జగద్గురు స్వామి శ్రీ భారతీకృష్ణ తీర్థజీ (1884-1960) ఒక మేధావి. ఆయన వేదాలనుంచి 16 సూత్రాలని కనుగొని వాటి లోతులను కొలవటంలో 8 సంవత్సరాలు అనర్ఘళంగా కృషి చేసారు. గణితశాస్త్రంలో కనీవినీ ఎరుగని అమోఘమైన పద్ధతులని కనుగొనటం ద్వారా ఆయన భావితరాలకు ఒక అద్భుత బాట వేసారు. ఈ పద్ధతుల ద్వారా అంకగణితం, బీజగణితం, కలనగణితం, త్రికోణమితి, రేఖాగణితం లాంటి అనేక విభాగాల్లో ఈ పద్ధతుల ద్వారా సమస్యలను సాధించవచ్చు. ఈ కిటుకులు నేర్చుకోవటం చాలా తేలిక. ప్రాచీన భారతీయులు వాళ్ల అఖండ మేధాశక్తిని, గణితశాస్త్రంలో వాళ్ళకున్నా అపారమైన జ్ఞానాన్ని కలబోసి, మనకి సూక్ష్మంగా సూత్రాల రూపంలో అందించారు. దశాంశ సంఖ్యలు, సున్నా, అనంతం - వీటిని ప్రథమంగా కనుగొని, గణిత శాస్త్ర పురోగతికి దోహదం చేసారు మన ప్రాచీన భారతీయులు.

వేలాదిమంది పిల్లలకి, వయోపరిమితి లేకుండా, నేను ఈ కిటుకులలో శిక్షణనిచ్చాను. అవి వాళ్ళకి ఎంతగా నచ్చాయంటే, చాలా చిన్న పిల్లలు కూడా వాటిని ఉత్సాహంగా నేర్చుకుని, వాడటం గమనించాను నేను. లెఖ్ఖలను సాధించటానికి అవసరమైన దశలని అనూహ్యంగా తగ్గించి వేస్తాయి ఈ పద్ధతులు. అనేక సందర్భాలలో, వాటిలో కొంచెం ఆరితేరాక, అనేక లెఖ్ఖలని నోటి లెఖ్ఖలుగా సాధించేయవచ్చు. దాంతో పిల్లలలో దివ్యంగా ఆత్మస్థైర్యం పెరుగుతుంది. దానివల్ల ఒకప్పుడు లెఖ్ఖలంటే భయపడో, ద్వేషించో ఆమడదూరం పరుగెత్తే పిల్లలే ఇప్పుడు గణితశాస్త్రంలో ఎనలేని ఆనందం పొందుతారు.

నేనీ పుస్తకాన్ని ఒక వంటల పుస్తకం రూపంలో రాసాను.అంటే పాఠకుడు ఒక కిటుకుని అర్థం చేసుకోవటానికి నేను సోది చెప్పకుండా, అతను ఇట్టే పట్టేసేలాగా రాసాను. గుణకారాలు, భాగాహారం, వర్గాలు, వర్గమూలాలు, క్లిష్టమైన భిన్నాలని లెక్కకట్టటంలాంటి ముఖ్యమైన ప్రక్రియలకే కాక, అనేక అంశాలని పరిగణలోకి తీసుకుని, తదనుగుణంగా పద్ధతులనిచ్చాను. ఒక్కొక్క కిటుకునీ సోదాహరణంగా వివరించుకొచ్చాను. దశలవారీ పద్ధతులనుపయోగించి, వాటిని పాఠకుడు అర్థం చేసుకుని, ప్రావీణ్యం పొందగలడనటంలో నాకు ఏమాత్రం సందేహం లేదు. సాధన కోసం ఒక్కో అధ్యాయంలో అనేక లెఖ్ఖలు ఉన్నాయి. అలాంటి లెఖ్ఖలని లెఖ్ఖేస్తే 1000 పైచిలుకే ఉంటాయి. వాటి పక్కనే జవాబులు కూడా ఉన్నాయి. పాఠకుడు ఆ లెఖ్ఖలని నోటి లెఖ్ఖలుగా చూసుకోవచ్చు, లేదా కాగితం, కలం చేతబట్టి, తను సాధించి, తన జవాబుని సరిచూసుకోవచ్చు. చదివేటప్పుడు అధ్యాయాలను వరుసక్రమంలో చదివితే, విషయం తేలిగ్గా అర్థమవుతుంది. ఒకసారి నేర్చుకున్నాక, ఎప్పుడు ఏం కావాలంటే అప్పుడు దానికి సంబంధించిన అధ్యాయానికి వెళ్ళవచ్చు.

ఇందులో ఒక ప్రత్యేకమైన అధ్యాయం కూడా పొందుపరిచాను. అందులో అనేక పోటీ పరీక్షల్లో ఇచ్చిన ప్రశ్నల్లోంచి కొన్ని ఏరి, ఈ కిటుకులని అనువర్తించటం ద్వారా, ఆ సమస్యలని ఎలా సాధించవచ్చో చూపించాను. ఈ పుస్తకంలోని విశిష్టత ఇదే. ఇది ఈ పద్ధతులకి అపారమైన ప్రాచుర్యాన్ని పెంచుతుంది.

వీలున్నంతవరకూ ఇందులో ఇచ్చిన అన్ని ఉదాహరణలూ, జవాబులూ పొరపాట్లు దొర్లకుండా ఉండటానికి ప్రయత్నించాను. కాని పొరపాట్లు ఏదైనా తప్పు కనబడితే, దాన్ని నా దృష్టిలోకి తెస్తే సంతోషిస్తాను.

సానుకూల దృక్పథంతో చేసే విమర్శలూ, వ్యాఖ్యలూ నాకు దీనికి పంపవచ్చు.

greglobal@gmail.com

అతుల్ గుప్తా

మొబైల్ : 9820845036

అధ్యాయం 1

రెండు తేలిక పద్ధతులు

వేదగణితమనే అద్భుత ప్రపంచంలోకి మన ప్రయాణాన్ని రెండు తేలిక పద్ధతులతో మొదలుపెడదాం. రాబోయే అధ్యాయాల్లోని పద్ధతులకి యివి ఆధారమవుతాయి.

I. 100/1000/10000ల నుంచి తీసివేత

మనం ఒక చాలా తేలిక పద్ధతితో ఆరంభిద్దాం. దీనికి 'అన్నీ 9 నుంచి ఆఖరిది 10 నుంచి' అన్న సూత్రాన్ని ఉపయోగిస్తాం. ఇచ్చిన సంఖ్యని 100,1000,10000 వగైరాలనుంచి తీసివేయటానికి ఈ పద్ధతి వాడతారు. పాఠశాలలో అమలులో ఉన్న పద్ధతివల్ల కలిగే మానసిక వత్తిడిని తొలగిస్తుంది యిది.

తర్వాత హెచ్చవేతల్లో వాడే నిఖిలం పద్ధతిలో కూడా ఉపయోగిస్తారు ఈపద్ధతిని.

7672ని 10000 నుంచి తీసివేతని పరిగణలోకి తీసుకుందాం.

ఎ) మామూలు పద్ధతి

మామూలు పద్ధతి యిది

```
 10000
- 7672
------
  2328
```

ఎడమపక్క నుంచి '1' తీసుకుని, అలా కుడివైపు చివరి అంకె వరకూ తీసుకువస్తాం. ముందు అంకెలకి 9 వదులుతూ, ఆఖరి అంకెకి 10 తీసుకుంటాం.

తర్వాత కుడివైపు చివర ఉన్న '2' అంకెని 10నుంచి తీసి '8'రాస్తాం. తర్వాత '7' అంకెని '9'నుంచి తీసి '2' రాస్తాం.

ఈ తతంగాన్ని ఎడమపక్కనున్న చివరి అంకెకి చేరేవరకూ చేసుకుంటూ పోతాం.

ఈ పద్ధతిలో, చివరి జవాబు ఎప్పుడూ కుడివైపు నుంచి ఎడమవైపుకి వస్తుంది. మనసులో ప్రతి అంకెకీ అప్పు తీసుకునే పని ఉంది. అందువల్ల దీనికి కొంత సమయం వెచ్చించాల్సిరావటంతో మొత్తం తతంగం ఆలశ్యమవుతుంది.

బి) వేదగణిత పద్ధతి

వేదగణితం 'అన్నీ 9 నుంచి అఖరిది 10 నుంచి' అన్న సూత్రాన్ని ఉపయోగించి ఒక తేలికైన, శక్తివంతమైన పద్ధతిని యిస్తుంది. ఫలితం ఒక్కటే.

ఎడమ నుంచి కుడికైనా, కుడి నుంచి ఎడమకైనా ఫలితాన్ని అంతే తేలిగ్గా పొందవచ్చు. ఫలితాన్ని పొందటానికి ప్రతి అంకెనీ '9' నుంచి, ఆఖరి అంకెని '10' నుంచీ తీసివేయమని ఈ పద్ధతి చెప్తోంది.

అందువల్ల, పైన యిచ్చిన ఉదాహరణలో,

```
 10000
 -7672
 ─────
```

మనకి ఎడమనుంచి కుడికైనా, కుడినుంచి ఎడమకైనా ఫలితం యిలా వస్తుంది

(9 - 7) (9 - 6) (9 - 7) (10 - 2)

2 3 2 8

అంటే కుడివైపు చివరి అంకె తప్ప తక్కినవన్నీ 9 నుంచి తీసివేయబడ్డాయి, చివరి అంకె 10 నుంచి తీసివేయబడింది. జవాబు (2328) వెంటనే రాసేయవచ్చు. ఒకొక్క అంకెకీ మనసులో అప్పు తెచ్చుకునే బరువు మాయమయిపోయి, జవాబు తేలిగ్గా చిటికెలో వస్తుంది.

ఇదే పద్ధతిని దశాంశ తీసివేతలకి కూడా ఉపయోగించవచ్చు.

ఉదా: 2.000 - 0.3436

ఇక్కడ ముఖ్యమైన ప్రయోగం 10000 నుంచి 3436 తీసివేత. అందులో ఎడమపక్క నుంచి 1 అప్పు తీసుకుంటాం.

1. 100,1000 వగైరా ఘాతాల నుంచి తీసివేతల ఉదాహరణలు

వరుసక్రమం	ఉదాహరణ	జవాబు
1.	100-37	63
2.	1000-293	707
3.	100-81	19
4.	1000-889	111
5.	10000-3725	6275
6.	10000-8889	1111
7.	100000-5328	94672
8.	100 - 63	37
9.	1000-63	937
10.	10000-362	9638
11.	1.000-0.764	0.236
12.	2.0-0.672	1.328
13.	3.0-1.282	1.718
14.	10.00-0.89	9.11
15.	80.000-0.7312	79.2688
16.	98.000-3.255	94.745
17.	2.00-1.3628	0.6372
18.	55.00-14.3827	40.6173
19.	277000-277	276723
20.	500000-433	499567

ఈ తేలిక తీసివేత పద్ధతి ముందు ముందు హెచ్చువేత (అ.4)లోనూ మిశ్రాంకం (అ.13)లోనూ ఉపయోగిస్తాం.

II. 9ల పరంపరలతో హెచ్చువేత

ఎ) ఒక సంఖ్యని అన్నే అంకెలున్న 9లతో హెచ్చువేత

ఈ పద్ధతిని ఉపయోగించి, n-అంకెలున్న సంఖ్యని 'n' అంకెలున్న 9తో ఎలా హెచ్చువేయాలో చూద్దాం. ఉదా- 3 అంకెలున్న ఏదైనా సంఖ్యని 999తో, లేదా 4 అంకెలున్న సంఖ్యని 9999తో హెచ్చువేయటం.

ఒక ఉదాహరణ చూద్దాం 533×999

దీనికి జవాబు యిలా పొందవచ్చు - 533×(1000-1)

= 533000-533

= 532467.

జవాబులో 3 అంకెలున్న సంఖ్యలు రెండు ఉన్నాయి. అవి '532' మరియు '467'.

మొదటి భాగం '532'. ఇది ఇచ్చిన సంఖ్యకన్నా 1 తక్కువ. అంటే 533-1.

రెండవ భాగం 467 రెండింటితో సమానం (1000-533) లేదా (999-532). ఇది కేవలం వచ్చిన జవాబులో మొదటి మూడు అంకెలు '9'నుంచి తీసివేస్తే వస్తుంది. అంటే 532 సంఖ్యని 9 నుంచి ఒకటొకటిగా యిలా తీసివేయవచ్చు.

4 = 9 - 5

6 = 9 - 3

7 = 9 - 2

అలాగే 3456×9999లో రెండు భాగాలుంటాయి.

3455/6544

అంటే 34556544 (అందులో 3455లోంచి '9' అవశేషాలు 6544) ఏ సంఖ్యనైనా అన్నే అంకెలున్న 9లతో హెచ్చువేసినప్పుడు, ఈ తేలిక పద్ధతిని ఉపయోగించి జవాబుని నోటి లెఖ్ఖగా పొందవచ్చు.

ఇదే పద్ధతిని దశాంశ సంఖ్యల హెచ్చువేతలకి కూడా ఉపయోగించవచ్చు.

ఈ ఉదాహరణ చూడండి - 4.36×99.9

ముందుగా 436ని 999తో హెచ్చువేసి వచ్చిన జవాబుని 435564గా వ్రాయండి.

ఇప్పుడు, ఇచ్చిన సంఖ్యలకి ఒకదానికి రెండు, ఒకదానికి ఒకటీ దశాంశ స్థానాలున్నాయి కాబట్టి, వచ్చిన జవాబుకి మూడు దశాంశ స్థానాలుంటాయి. అందుకని మనం కుడివైపు నుంచి మూడు అంకెల తర్వాత దశాంశ బిందువుని పెట్టామన్నమాట. అందువల్ల చివరి జవాబు అవుతుంది 435.564

బి) ఒక సంఖ్యని అంతకన్నా ఎక్కువ అంకెలున్న '9'లతో హెచ్చువేత

ఇప్పుడు **n-** అంకెలున్న సంఖ్యని దానికన్నా ఎక్కువ అంకెలున్న '9'లతో ఎలా హెచ్చువేయాలో చూద్దాం.

ఉదా: 235ని 9999 లేదా 235ని 99999తో హెచ్చువేయటం.

i) 235ని 9999తో హెచ్చువేతని పరిగణలోకి తీసుకుందాం.

235 నంఖ్యలో మూడు అంకెలున్నాయి. 9999లో నాలుగు అంకెలున్నాయి. అందుకని 235కి మనం ఒక సున్నా కలుపుకుని దాన్ని 0235గా చేసుకుంటాం. అలా చేసాక, ఇంతకు ముందు వర్ణించినట్టుగా చేసుకుపోవచ్చు.

0235×9999= 0234/9765. చివరి జవాబు 2349765

ii) 235ని 99999తో హెచ్చువేతని పరిగణలోకి తీసుకుందాం.

235ని రెండు సున్నాలు కలుపుకుంటే,మనకు వస్తుంది
00235×99999= 00234/99765. చివరి జవాబు 23499765

సి) ఒక సంఖ్యని అంతకన్నా తక్కువ అంకెలున్న '9'లతో హెచ్చువేత.

ఇప్పుడు **n-** అంకెలున్న సంఖ్యని దానికన్నా తక్కువ అంకెలున్న '9'లతో ఎలా హెచ్చువేయాలో చూద్దాం.

i) 235ని 99తో హెచ్చువేతని పరిగణలోకి తీసుకుందాం.

99లో రెండు అంకెలుండటం వల్ల, ఇచ్చిన సంఖ్యకి కుడివైపు నుంచి రెండు అంకెల తర్వాత కోలన్ పెట్టాము యిలా

2 : 35

ఈ సంఖ్యని కుడివైపు కోలన్‌తో ముగిస్తాము యిలా

2 : 35 :

ఇప్పుడు కోలన్‌కి ఎడమపక్కనున్న అంకెకి 1 కలిపి పెంచి యీ కొత్త సంఖ్యని పొందుతాము యిలా

3 : 35

కొత్త సంఖ్యకి పెట్టిన కోలన్ అసలు సంఖ్యని ముగించిన కోలన్ కిందవచ్చేలాగా అమరుస్తాము యిలా

2 : 35 :
    3 : 35

ఇప్పుడు 3ని 235 నుంచీ, 35ని 100 నించి తీసివేస్తే, ఈ చివరి జవాబు వస్తుంది యిలా

2 : 35 :
    3 : 35
___
2 32 65
___

ii) 12456ని 99తో హెచ్చవేతని పరిగణలోకి తీసుకుందాం.

99లో రెండు అంకెలు ఉండటం వల్ల, మనం కుడివైపు నుంచి రెండు అంకెల తర్వాత కోలన్ పెట్టాము యిలా

124 : 56

ఈ సంఖ్యని కుడివైపు కోలన్‌తో ముగిస్తాము యిలా

124 : 56 :

ఇప్పుడు కోలన్‌కి ఎడమపక్కనున్న అంకెకి 1 కలిపి పెంచి ఈ కొత్తసంఖ్యని పొందుతాము యిలా

125 : 56

కొత్త సంఖ్యకి పెట్టిన కోలన్ అసలు సంఖ్యని ముగించిన కోలన్ కింద వచ్చేలాగా అమరుస్తాము యిలా

124 : 56 :
  1 25 : 56

ఇప్పుడు దీన్ని తీసివేస్తే చివరి జవాబు వస్తుంది యిలా

124 : 56 :

1 25 : 56

123 31 44

2. 9ల పరంపరలతో హెచ్చవేతలకి ఉదాహరణలు

వరుసక్రమం	ఉదాహరణ	జవాబు
1.	253×999	252747
2.	680×999	679320
3.	7238×9999	72372762
4.	8000×9999	79992000
5.	72.81×9.999	728.02719
6.	35152×99999	3515164848
7.	1.785×999.9	1784.8215
8.	0.0055×0.99	0.005445
9.	8.88×99.9	887.112
10.	232×9999	2319768
11.	365.7×99999	36569634.30
12.	8.91×999.9	8909.109
13.	7856×999	7848144
14.	123.5×999990	123498765
15.	999×99900	99800100
16.	2.69×999	2687.31
17.	76.4×99.9	7632.36

18.	781×99	77319
19.	143.5×999.9	143485.65
20.	0.16×0.99	0.1584

దశాంశ స్థానాలున్న ఉదాహరణల్లో, ముందుగా దశాంశాలు లేనట్టుగా ఊహించి, ఈ సంఖ్యలని హెచ్చవేయాలి. ఆ తర్వాత, అంతకు ముందు వివరించినట్టుగా సరియైన స్థానంలో దశాంశాన్ని పెట్టాలి.

9తో ప్రక్రియలు

అధ్యాయం 2

వేదగణితంలో 9 అంకెకి ప్రత్యేక స్థానం ఉంది. మనం ముందుగా తేలికైనదీ కాని శక్తివంతమైనదీ అయిన పద్ధతిని ఉపయోగించి, ఏ సంఖ్యనైనా 9తో భాగిస్తే వచ్చే శేషాన్ని పొందుదాం. ఈ శేషానికి అనేక పర్యాయ పదాలున్నాయి. 'నవశేషం' అనీ 'బీజాంకం' అనీ లేదా అంకెల మూలమనీ అంటారు. అంకగణిత ప్రక్రియలు - కూడికలు, తీసివేతలు, హెచ్చవేతలు, వర్గాలు, ఘనాలు వగైరా సరిగ్గా చేసామో లేదో పరిశీలించటానికి అనువుగా దీనికి శక్తివంతమైన లక్షణాలున్నాయి. అంతేకాక, యిచ్చిన సంఖ్య 9తో భాగాహారం చెందుతుందో లేదో కూడా పరిశీలించవచ్చు.

ఏదైనా సంఖ్యకి నవశేషాన్ని ఎలా పొందవచ్చో ముందు చూసి, తర్వాత దాన్ని అనువర్తించే విధానాన్ని చూద్దాం.

I) 9తో భాగిస్తే శేషాన్ని (నవశేషం) పొందే మార్గం

ఒక సంఖ్యని 9తో భాగిస్తే వచ్చే శేషాన్ని నవశేషం అంటారు.

ఉదాహరణ : 20 నవశేషం 2

181 నవశేషం 1

8132 నవశేషం 5

2357 నవశేషం 8

వేదగణితం పొందుపరిచిన పద్ధతి ద్వారా ఏదైనా సంఖ్యకి నవశేషం కనుక్కోవటమెలాగో చూద్దాం. దాన్ని **'N'** అక్షరంతో సూచిద్దాం.

ఎ) ప్రాథమిక పద్ధతి

నవశేషం (N) కనుక్కోవటానికి ఇచ్చిన సంఖ్యలోని అన్ని అంకెలనీ కూడండి.

- మనకి ఒంటరి అంకె జవాబుగా వస్తే, అదే మన నవశేషం. (జవాబు 0 గానీ 9 కానీ అయితే, నవశేషం 0 అన్నమాట)

- జవాబులో ఒక అంకెకన్నా ఎక్కువ వస్తే, వచ్చిన జవాబుని మళ్ళీ కూడండి. ఒంటరి అంకె వచ్చే వరకూ ఈ తతంగాన్ని కొనసాగించండి.

ఉదాహరణలు :

20 నవశేషాన్ని 2 అంకెని 0 అంకెతో కూడి 2 జవాబుగా పొందవచ్చు.

అలాగే 8132 నవశేషం ఈ క్రింది విధంగా పొందవచ్చు.

అడుగు 1 : 8 + 1 + 3 + 2 అవుతుంది 14.

అంటే ఒక అంకె కన్నా ఎక్కువ ఉంది అన్నమాట.

అడుగు 2 : 1 + 4 అవుతుంది 5

ఇదీ మనకి కావాల్సిన నవశేషం.

బి) మొదటి సోపానం :

ఇచ్చిన సంఖ్యలో ఒకటి గాని అంతకన్నా ఎక్కువ గానీ '9' లుంటే వాటిని కూడనక్ఖరలేదు. అంకెలని కలిపేటప్పుడు '9'ని వదిలేయవచ్చు.

ఉదాహరణ: ఇచ్చిన సంఖ్య 23592 అయితే 'N'ని యిలా పొందవచ్చు.

అడుగు 1 : 2 + 3 + 5 + 2 = 12 (9ని వదిలేయండి)

అడుగు 2 : 1 + 2 = 3

అందువల్ల నవశేషం 3

సి) రెండవ సోపానం

అంకెలని కూడేటప్పుడు 9 జవాబు వచ్చే సంఖ్యలని కూడా వదిలేయవచ్చు.

ఉదాహరణ : సంఖ్య 23579 అయితే, 'N'ని యీ విధంగా పొందవచ్చు.

ముందు చెప్పినట్టుగా '9'ని వదిలేయండి.

2 + 7 (అంటే మొదటి అంకె, 4వ అంకెలని కూడితే '9' వస్తుంది)ని

వదిలేయండి. కేవలం 3ని 5ని కూడితే 8 వస్తుంది 'N'గా.

డి) చివరి పరిపూర్ణ పద్ధతి

ఇంతకు ముందులాగే 9లన్నింటినీనూ, కూడితే 9 వచ్చే అంకెలనీ వదిలేయండి.

మిగిలిన అంకెలని కూడేటప్పుడు, మధ్యలో ఎక్కడన్నా వాటి మొత్తం రెండు అంకెలకన్నా ఎక్కువ వస్తే, అక్కడికక్కడే రెండు అంకెలనీ కూడేసీ, దాన్ని ఒక అంకె వచ్చేలా తగ్గించండి. అప్పుడు పైన ఉదాహరణలలో చూపించినట్టు రెండో అడుగు వేసే అవసరం ఉండదు.

ఉదాహరణ : సంఖ్య 44629 అయితే దాని 'N'ని ఈ విధంగా పొందవచ్చు.

చివర్లో ఉన్న '9'ని వదిలేయండి.

మిగిలిన అంకెలని ఎడమప్రక్కనుండి కూడుకుంటూ రండి. మొదటి మూడు అంకెలూ అంటే 4+4+6 కూడితే వస్తుంది 14

దీనికి రెండు అంకెలున్నాయి కాబట్టి వీటిని యిక్కడికిక్కడే కూడేస్తాం ఒక్క అంకె పొందటానికి అంటే 1+4=5

ఇప్పుడు ఈ '5'ని తీసుకువెళ్ళి మిగిలిన '2'తో కూడితే 'N'గా వస్తుంది 7.

అన్ని పద్ధతుల నుంచి వచ్చేది ఒకటే జవాబు. కాకపోతే ఈ మెరుగైన పద్ధతులని వాడటం ద్వారా ఫలితాన్ని మరింత త్వరగా మరింత తక్కువ కూడికలతో పొందవచ్చు.

II) రెండు సంఖ్యల లబ్ధాన్ని సరిచూడటం:

అంకగణితంలో ఏ ప్రక్రియలోనైనా ఇచ్చిన సంఖ్యల యొక్క నవశేషాన్ని పొందటం ద్వారా వాటి జవాబుని సరిచూసుకోవచ్చు. ఒకసారి మనకి ఒక సంఖ్యకి నవశేషం పొందటం ఎలాగో తెలిసాక, దాన్ని ఉపయోగించి రెండు లేదా ఎక్కువ సంఖ్యలకి గుణకారం, భాగాహారం, కూడిక, తీసివేతలలాంటి ప్రక్రియలలో వచ్చిన జవాబులని సరిచూసుకోవచ్చు.

ఒక ఉదాహరణ చూద్దాం.

38 × 53ల లబ్ధం 2014

ఎలా సరిచూస్తాము '2014' జవాబుని?

హెచ్చవేసే సంఖ్యల్లో ఒక్కొక్కదాని 'N' తీసుకుని, జవాబు 'N' తీసుకుని,

వాటి మధ్య అనుబంధాన్ని చూద్దాము.

ఇప్పుడు N(38) =2 ... మొదటి సంఖ్య నవశేషం.

N(53)=8... రెండవ సంఖ్య నవశేషం.

N(2014) =7... జవాబు నవశేషం.

రెండు హెచ్చవేసే సంఖ్యల 'N' లబ్ధాన్ని చూడండి. అంటే N(38) × N(53)= 2×8=16 అంటే దాని నవశేషం 7

లబ్ధం యొక్క 'N' కూడా '7'!!

ఆ విధంగా హెచ్చవేసే రెండు సంఖ్యల నవశేషాల లబ్ధం సంఖ్యలు హెచ్చవేస్తే వచ్చే లబ్ధం నవశేషంతో సమానం. ఈ తేలికైన పరీక్షతో వచ్చిన జవాబు సరియైనదో కాదో తెలుసుకోవచ్చు.

ఇంకో ఉదాహరణ

22.4 × 1.81= 40.544

దశాంశ బిందువుని వదిలేస్తే, రెండు సంఖ్యల నవశేషాలు యివి

N(224) = 8

N(181) = 1 వాటిని హెచ్చవేస్తే వచ్చే లబ్ధం 8

లబ్ధం యొక్క నవశేషం కూడా N(40544) =8. అందువల్ల జవాబు సరియైనదే. దశాంశ బిందువు స్థానాన్ని తేలిగ్గానే సరిచూసుకోవచ్చు.

III) రెండు సంఖ్యల మొత్తాన్ని సరిచూడటం

అలాగే, రెండు సంఖ్యల మొత్తాన్ని బేరీజు వేద్దాం. 38+53ల మొత్తం 91.

N(38) + N(53) = 2+8 = 10 అవుతుంది. అది మళ్ళీ అవుతుంది నవశేషం 1

కాబట్టి నవశేషాల మొత్తం నవశేషం అవుతుంది 1.

మొత్తం (91) యొక్క 'N' కూడా 1 !!

ఆవిధంగా రెండు సంఖ్యల నవశేషాల మొత్తం, కూడితే వచ్చిన జవాబు మొత్తం యొక్క నవశేషంతో సమానం.

IV) రెండు సంఖ్యల తీసివేతని సరిచూడటం.

రెండు సంఖ్యల మధ్య తీసివేతల విషయాన్ని బేరీజు వేద్దాం.

53 - 38 = 15

N(53) - N(38) = 8 - 2 = 6

N(15) = 6

ఆ విధంగా రెండు సంఖ్యల నవ శేషాలని తీసివేస్తే వచ్చిన జవాబు, అసలు జవాబు యొక్క నవశేషంతో సమానం.

ఒక్కోసారి, నవశేషాల మధ్య తేడా ఋణాంక విలువగా ఉండవచ్చు. అప్పుడు దానికి 9 కలిపి, ధనాంక విలువ చేకూర్చవచ్చు.

అలా N(-5) = 4, N(-6)=3
ఇంకో ఉదాహరణ చూద్దాం.
65-23=42
N(65) = 2
N(23) = 5
N(65) - N(23) = -3
పైన వివరించినట్టుగా N(-3) = 6
జవాబు యొక్క నవశేషం అవాలి 6
42 యొక్క నవశేషం నిజంగానే అయింది 6

ఆ విధంగా, ఈ పద్ధతి ద్వారా రెండు సంఖ్యల తీసివేతల జవాబుని బేరీజు వేయవచ్చు.

V) రెండు సంఖ్యల వర్గాన్ని గాన్ని, ఘనాన్ని గాని సరిచూడటం.

ఒక సంఖ్య వర్గం బేరీజు వేయటం చూద్దాం. ఉదా : 34

$34^2 = 1156$

ఇప్పుడు రెండు వైపుల నవశేషాలనీ చూద్దాం. అంటే 34 నవశేషం 7, 1156 నవశేషం 4

ఆ విధంగా ఇచ్చిన సంఖ్య నవశేషం వర్గం, వర్గం యొక్క నవశేషంతో సమానం. ఎడమప్రక్క నవశేషం యొక్క వర్గం చూద్దాం. అంటే $7^2 = 49$ దాని నవశేషం కూడా 4. అలాగే ఏదైనా సంఖ్య యొక్క ఘనంకి వచ్చిన జవాబుని పాఠకుడే స్వయంగా

బేరీజు వేసుకుని చూడవచ్చు.

VI) ఈ సరిచూసే పద్ధతిలోని పరిమితులు:

ఈ బేరీజు వేసే పద్ధతిలో ఒక లోటుపాటు ఉంది. దాన్ని దృష్టిలో పెట్టుకోవాలి.

మళ్ళీ ఒకసారి ఈ ఉదాహరణని పరిగణలోకి తీసుకుందాం.

38 × 53 = 2014

N(38) × N(53) సమానం కావాలి N(2014)తో అని మనకి తెలుసు.

ఎడమప్రక్క ఉన్నది 2×8=16. అది మళ్ళీ మనకి యిస్తుంది నవశేషం 7

కుడిప్రక్క వచ్చిన జవాబు 2015 అయితే, దాని 'N' 8 అవుతుంది కాబట్టి, ఆ జవాబు తప్పని మనం ఖచ్చితంగా చెప్పవచ్చు.

కాని జవాబు 2014కి బదులుగా 2041గా రాసినా కూడా నవశేషం మళ్ళీ 7. అప్పుడు వచ్చిన జవాబు సరియైనదే అని మనం పొరపాటు పడే అవకాశం ఉంది.

అందుకని ఒక విషయం గుర్తుంచుకోవాలి మనం. ఈ సరిచూసే పద్ధతి వల్ల జవాబు తప్పు వస్తే మాత్రం 100% సరిగ్గా ఎత్తి చూపుతుంది. కాని 'సరియైన జవాబు' పరీక్షలో మాత్రం ఒకటి కన్నా ఎక్కువ సరియైన జవాబులు ఉండే అవకాశం ఉంది. అందుకని మనం జాగ్రత్తగా ఉండాలి.

ఈ పరిమితి ఉన్నా గానీ, పైన ఉదహరించిన మూడు విభాగాల్లో దేన్నైనా బేరీజు వేయటానికి ఇది చాలా శక్తివంతమైన పద్ధతిగా నిలుస్తుంది.

VII) 9తో భాగాహారం చేసి భాగఫలాన్ని లెక్కకట్టటం.

ఇప్పుడు ఒక సంఖ్యని 9తో భాగాహారం చేసి, భాగఫలాన్ని పొందటమెలాగో చూద్దాం. వేదగణితంలో, భాగాహారాన్ని తేలికైన కూడిక పద్ధతిగా మార్చివేస్తాము.

ఎ) పద్ధతి 1

మొదటి పద్ధతిలో వెనుకనుంచి ముందుకీ, ముందు నుంచి వెనకకీ కదలాలి.
ఉదాహరణ : 8132 ని 9తో భాగాహారం చేయండి.

9	8	1	3	:	2
		8	9	:	12
	8	9	12	:	14

దశలు :

- చివరి అంకె ముందు ఒక కోలన్‌ని పెట్టండి. అప్పుడు అది భాగాహారాన్నీ, శేషాన్నీ విడదీసి చూపుతుంది.
- ఎడమప్రక్క చివరగా ఉన్న అంకెతో మొదలుపెట్టి, దాన్ని ఉన్నదున్నట్టుగా కిందికి తెండి.
- దాన్ని (8) రెండవ గడికి తీసుకువెళ్ళి, ఆ గడిలో ఉన్న అంకెతో కలపండి. అంటే 1+8 చేసి కిందికి తీసుకురండి 9
- 9ని పక్క గడికి తీసుకువెళ్ళి దాన్ని 3తో కూడి, కిందికి తీసుకురండి 12
- మళ్ళీ అలాగే 12ని పక్క (చివరి గడికి) తీసుకువెళ్ళి, 2తో కూడి, కిందికి తీసుకురండి 14ని అందులో చూపినట్టుగా.
- చివరికి చేరుకున్నాక, కుడినించి ఎడమకి వెనక్కి వెళతాము. చివరి గడిలో ఉన్న శేషాన్నించి మొదలెట్టి, ఎక్కువ అంకెలుంటే, పక్క గడిలోకి మారుస్తూ వస్తాము. ప్రతిచోటా, ఒక్క అంకె మాత్రమే మిగలాలి.
- చివరి గడిని గమనించాలి. అందులో శేషం ఉంటుంది. అది 9కన్నా ఎక్కువ ఉంటే, దాన్ని 9 గుణిజాల నుంచి తీసివేస్తాం. దాన్ని ఎడమపక్క భాగఫలములో కలుపుతాము, శేషాన్ని అలా వదిలేసి.
- ఆఖరి గడిలో ఉన్న సంఖ్య (14)కి 9 గుణిజాలలో ఒకటి ఉంది కాబట్టి, మనం ఎడమపక్క ఉన్న అంకె (12)కి ఈ 1 కలిపి, 5ని (14-9) చివరి శేషంగా వుంచుతాం.
- వెనుకనుంచి ముందుకి సాగిన పయనం చివరికి, అంకెలు ఈ విధంగా ఉన్నాయి.

  8 9 12 : 14

  ఇప్పుడవి అయ్యాయి

  8 9 13 : 5
- ఇప్పుడు 3 ఉంచి 1ని ఎడమపక్కకి జరిపి పొందండి 10

  8 10 3 : 5

- తర్వాత 0 ఉంచి, 1ని ఎడమపక్కకి జరిపి పొందండి 9

9 0 3 : 5

అంటే ఈ విధంగా లెక్కకట్టామన్నమాట.

8	1	3	:	2
	8	9	:	12
9	0	3	:	5

భాగఫలము 903, శేషం 5. ఈ అడుగులు చాలా తేలిక. జవాబు పొందటానికి అట్టే మెదడుని కష్టపెట్టనఖ్ఖరలేదు.

బి) పద్ధతి 2

ఇందులో మనం జవాబుని వెనుకనుంచి ముందుకి వచ్చిన దశలోనే పొందుతాము. ఒక్కొక్క వరుసలో కూడుకుంటూ వస్తున్నప్పుడు, ఏ వరుసలోనన్నా అంకె 9 గానీ దానికన్నా ఎక్కువగానీ వస్తే, అక్కడికక్కడే 9 గుణిజాలని ఎడమపక్కకి మార్చి, మిగిలిన శేషాన్ని, ఆ వరుసలోనే ఉంచుతాము.

పైన యిచ్చిన ఉదాహరణలో, రెండవ వరుసలో, మనకి 9 వచ్చింది. మనం ఆ వరుసలో సున్నాని (9-9) ఉంచి ఎడమపక్కకి ఒకటి తీసుకువెళ్తాం.

ఇప్పుడు 0ని పక్క వరుసకి తీసుకువెళ్తాం.

ఎ)

8	1	3	:	2
	8		:	
8	9		:	

ఇక్కడ 9 నుంచి 9 తీసివేసి 0ని ఉంచి, 1ని ఎడమపక్కకి తీసుకువెళ్తాం. 1ని 8తో కలపటం వల్ల 9 వస్తుంది. అందువల్ల కింద చూపిన విధంగా లెక్కకట్తాం.

బి)

8	1	3	:	2
	8		:	
9	0		:	

సి)

8	1	3	:	2
	8	0	:	3
9	0	3	:	5

ఇలా చేయటం వల్ల ముందునుంచి వెనక్కి కదిలే అవసరం తప్పటంతో మొత్తం లెఖ్ఖ త్వరగా అవుతుంది.

ఇంకో ఉదాహరణ

8653 ని 9తో భాగాహారం చేయండి

ఎ)

8	6	5	:	3
	8		:	
8	14		:	

బి)

8	6	5	:	3
	8		:	
9	5		:	

సి)

8	6	5	:	3
	8	5	:	
9	5	10	:	

డి)

8	6	5	:	3
	8	5	:	
9	6	1	:	

ఇ)

8	6	5	:	3
	8	5	:	1
9	6	1	:	4

అంటే భాగఫలము 961, శేషం 4

3. నవశేషానికి ఉదాహరణలు

వరుస క్రమం	ఉదాహరణ	భాగఫలం	శేషం
1.	73/9	8	1
2.	169/9	18	7
3.	176/9	19	5
4.	460/9	51	1
5.	908/9	100	8
6.	5711/9	634	5
7.	2357/9	261	8
8.	7875/9	875	0
9.	2341/9	260	1
10.	8276/9	919	5
11.	9279/9	1031	0
12.	16825/9	1869	4
13.	24321/9	2702	3
14.	53416/9	5935	1
15.	65222/9	7246	8

16.	232135/9	25792	7
17.	298179/9	33131	0
18.	318623/9	35402	5
19.	113224/9	12580	4
20.	599883/9	66653	6

11తో ప్రక్రియలు

అధ్యాయం 3

ఈ అధ్యాయంలో 11 సంఖ్యతో రెండు ప్రత్యేక పద్ధతులని చూద్దాం. ముందుగా, ఏ సంఖ్యనైనా, ఎంత పెద్దదైనా, 11తో హెచ్చవేసి, నోటి లెఖ్ఖ కింద ఒక్క వాక్యంలో జవాబు రాద్దాం. రెండోది, ఇచ్చిన సంఖ్య శేషం లేకుండా 11తో పూర్తిగా భాగాహారం చెందుతుందో లేదో చూద్దాం. ఇవి చాలా ఉపయోగకరమైన పద్ధతులు. ఏదైనా లెఖ్ఖ చేస్తున్నప్పుడు, మధ్యలో ఎక్కడో 11తో కాని, దాని గుణిజాలతో గాని హెచ్చవేయాల్సి వస్తే, ఈ పద్ధతిని ఉపయోగించి, ఆ లెఖ్ఖని వేగంగా పూర్తి చేయవచ్చు.

11తో హెచ్చవేత పద్ధతిలో ఆరితేరితే, 11 గుణిజాలైన 22, 33, 44 వగైరాలతో ఒక సంఖ్యని తేలిగ్గా హెచ్చవేయవచ్చు. ముందు హెచ్చవేసే సంఖ్యని 11×2, 11×3, లేదా 11×4గా విడదీసుకోవాలి. ఇచ్చిన సంఖ్యని ముందు 11తో హెచ్చవేసి, వచ్చిన జవాబుని మిగిలిన అంకె అంటే 2 లేదా 3తో, ఏదైతే దాంతో, మళ్ళీ హెచ్చవేస్తే సరి.

హెచ్చవేత

I. 153ని 11తో హెచ్చవేయటమెలాగో చూద్దాం.

సాంప్రదాయ పద్ధతి ఈ క్రింది విధంగా ఉంటుంది.

```
     1 5 3              1 5 3
  ×    1 1      లేదా ×    1 1
  -------           -------
   1 5 3 0             1 5 3
     1 5 3          +1 5 3 0
  -------           -------
   1 6 8 3           1 6 8 3
```

వేగంగా సాగే, ఒక్క వాక్యంలో జవాబు యిలా వస్తుంది:

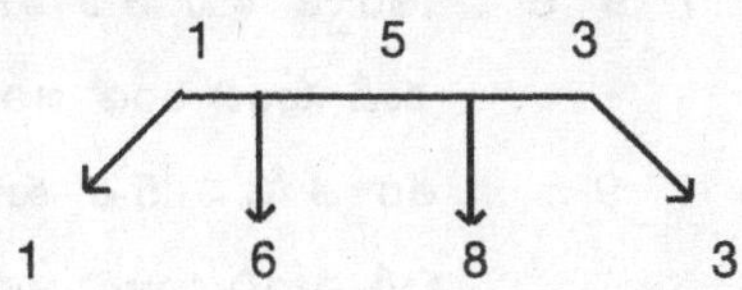

జవాబులోని ఒక్కొక్క అంకె, రెండేసి సంఖ్యలని కింద వివరించినట్టుగా కూడితే వస్తుంది.

దశలు

- కుడి నుంచి మొదలెట్టి 3ని ఉన్నదున్నట్టుగా రాయండి.
- పక్క పక్క అంకెలని రెండేసి అంకెల చొప్పున కూడుతూ రండి, కుడిపక్క నుంచి మొదలెట్టి, జవాబుని ఒకటొకటిగా రాయండి.
- కుడిపక్కనుంచి మొదలెట్టి, మొదటి జత 3ని 5నీ తీసుకుని, వాటిని కూడి, వచ్చిన జవాబు రాయండి. అంటే 8.
- కుడిపక్క చివరనున్న 3ని వదిలి, ఎడమపక్కకి జరిగి 5కి ఇంకోజత ఏర్పరచండి, పక్క అంకె 1ని తీసుకుని.
- 5ని 1తో కూడితే, వచ్చిన జవాబు 6
- ఇప్పుడు 5 వదిలి, ఎడమపక్కకి జరిగితే, మనకి మిగిలింది ఒక్కటే అంకె. అంటే ఎడమపక్క చివరి అంకె.
- ఎడమపక్క చివరి అంకె 1ని ఉన్నదున్నట్టుగా రాయండి.

ఇప్పుడు మన పూర్తి జవాబు 1683. చాలా వేగంగా చేయలేదూ?

II. ఇప్పుడు 25345ని 11తో హెచ్చవేద్దాం.

జవాబు దశలవారీగా వస్తుంది. కింద చూపినట్టుగా :

దశలు

- - - - - - 5 .. కుడిపక్క చివరి అంకెని రాయండి.

- - - - 9 5 .. తర్వాత '5'ని '4'తో కూడి జవాబు రాయండి, కుడినుంచి మొదటి జత.

- - - 7 9 5 .. తర్వాత '4'ని '3'తో కూడి జవాబు రాయండి, కుడి నుంచి రెండో జత.

- - 8 7 9 5 .. తర్వాత '3'ని '5'తో కూడి జవాబు రాయండి, కుడి నుంచి మూడో జత

- 7 8 7 9 5 .. తర్వాత '5'ని '2'తో కూడి జవాబు రాయండి, కుడి నుంచి నాలుగో జత

2 7 8 7 9 5 .. జతలన్నీ ముగిసిపోయాక, ఎడమపక్క చివర ఉన్న అంకె '2'ని రాయండి.

ఇప్పుడు పూర్తి జవాబు : 25345 × 11 = 278795

III. ఇంకో ఉదాహరణ చూద్దాం : 157 × 11

ఇదే పద్ధతిని ఈ విధంగా వాడదాం.

1 5 7

1 6 12 7

(1ని ఎడమకి తీసుకువెళ్ళండి)

1 7 2 7

ఇక్కడ 7ని 5తో కూడితే 12 వచ్చింది. ఆ వరుసలో 2 ఉంచి, 1ని పక్కకి తీసుకువెళ్తాం. పక్కజతలో 5ని 1ని కూడితే 6 వచ్చింది. ఆ వచ్చిన 6కి, తీసుకువెళ్ళిన 1ని కలిపితే 7 వస్తుంది.

అందువల్ల పూర్తి జవాబు 1727. దీన్ని మామూలు పద్ధతిలో హెచ్చవేసి సరిచూసుకోవచ్చు.

దశాంశ సంఖ్యల మధ్య హెచ్చువేత చేయాల్సి వస్తే, దశాంశ బిందువు లేనట్టే హెచ్చువేత చేసి, తర్వాత తేలిగ్గా వాటి సరియైన స్థానంలో బిందువు పెట్టాము.

4. 11తో హెచ్చువేతకి ఉదాహరణలు

వరుసక్రమం	అభ్యాసం	జవాబు
1.	123×11	1353
2.	161×11	1771
3.	572×11	6292
4.	2135×11	23485
5.	7621×1.1	8383.1
6.	8410×11	92510
7.	23491×11	258401
8.	25200×11	277200
9.	7.35×1.1	8.085
10.	24.35×1.1	26.785
11.	23.48×0.011	0.25828
12.	53.256×0.11	5.85816
13.	82.4×0.11	9.064
14.	18.91×0.011	0.20801
15.	56.3×1.1	61.93
16.	1342×220	295240
17.	3215×330	1060950
18.	1580×110	173800
19.	0.00225×110	0.24750
20.	1342×22	29524
21.	4322×0.22	950.84
22.	141×0.33	46.53

23.	245×0.44	107.80
24.	24.4×55	1342
25.	546.8×0.55	300.74

11తో సంఖ్యల భాగాహారం పరీక్ష

ఇచ్చిన సంఖ్యని 11తో భాగించవచ్చో లేదో ఎలా పరీక్షిస్తాం?

ఉదాహరణ : 23485ని 11తో భాగించవచ్చా?

దశలు

- కుడిపక్క (ఒకట్లస్థానం) నుంచి మొదలెట్టి, ఒక అంకె వదిలి, రెండో అంకెను కూడుతూపొండి. అంటే బేసి స్థానంలో ఉన్న అంకెలని, అంటే 5,4,2లని కూడితే వస్తుంది 11.
- ఇప్పుడు పదుల స్థానంలో ఉన్న అంకెతో మొదలెట్టి, ఒక అంకె వదిలి, రెండో అంకెను కూడుతూ పొండి. అంటే సరిస్థానంలో ఉన్న అంకెలని, అంటే 8, 3 లని కూడితే వస్తుంది 11

ఇలా వచ్చిన రెండు మొత్తాలని ఒకదానిలోంచి ఇంకోటి తీసివేస్తే జవాబు సున్నా గానీ, 1తో భాగించబడే సంఖ్య గానీ వస్తే, మొత్తం సంఖ్యని భాగించవచ్చు 11తో.

పైన ఇచ్చిన ఉదాహరణలో, వ్యత్యాసము సున్నా కాబట్టి, ఇచ్చిన సంఖ్యని 11తో భాగించవచ్చు.

ఇంకో ఉదాహరణ చూద్దాం. 17953ని భాగించవచ్చో లేదో చూద్దాము.

- బేసి స్థానాల్లో ఉన్న అంకెలను కూడితే అంటే 3+9+1 చేస్తే వచ్చే జవాబు 13.
- సరిస్థానాల్లో ఉన్న అంకెలని కూడితే అంటే 5+7 చేస్తే వచ్చే జవాబు 12

ఈ రెండు సంఖ్యల మధ్య వ్యత్యాసము 1. ఇది ఇటు సున్నా కాదు, అటు 11తో భాగించబడలేదు కాబట్టి, ఇచ్చిన సంఖ్యని 11తో భాగించలేము.

అదే, ఇచ్చిన సంఖ్య 17953 బదులు 17952 అనుకోండి, వచ్చే రెండు జవాబులూ 12 (2+9+1) మరియు 12 (15+7). వీటి మధ్య వ్యత్యాసం సున్నా కాబట్టి ఇచ్చిన సంఖ్యని 11తో భాగించవచ్చు.

అభ్యాసం

1. 8084ని 11తో భాగించవచ్చా? జవాబు (లేదు)
2. ఒకవేళ × 381ని 11తో భాగించగలిగితే, × యొక్క అత్యంత చిన్న విలువ ఏమిటి? జవాబు (7)

111తో హెచ్చవేత

ఇదే పద్ధతిని ఉపయోగించి, ఇచ్చిన సంఖ్యని 111తో హెచ్చవేయవచ్చు. 11తో లాగానే, మనం కుడిపక్కనుంచి కూడుతూ పోతాం. ముందు ఒక్క అంకెతో మొదలెట్టి, 3 అంకెలు వచ్చేవరకూ కూడుతూ పోతాము. ఒక ఉదాహరణ చూస్తే మీకే అర్థమవుతుంది.

ఉదా : 4132 × 111

దశలవారీగా వస్తుంది జవాబు, ఈ క్రింది విధంగా :

దశలు

- - - - - 2 ..	కుడిపక్క ఉన్న అంకెను యథాతథంగా రాయండి.
- - - - 5 2 ..	తర్వాత '2'ని '3'తో కూడి జవాబు రాయండి, కుడి నుంచి మొదటి జత
- - - 6 5 2 ..	తర్వాత '2', '3', '1'లని కూడి జవాబు రాయండి, కుడి నుంచి మొదటి మూడెంకల జత
- - 8 6 5 2 ..	2 వదిలి, '3', '1', '4' లని కూడిజవాబు రాయండి,కుడినుంచి రెండో మూడంకెల జత
- 5 8 6 5 2 ..	మూడు వదిలి, '1'ని '4'తో కూడి జవాబు రాయండి.
4 5 8 6 5 2 ..	చివరగా, ఎడమపక్క చివర ఉన్న అంకె '4' రాయండి.

4132 × 111 = 458652 వస్తుంది జవాబు.

ఇదే పద్ధతిని 1111, 11111 వగైరాలకి కూడా ఉపయోగించవచ్చు.

గుణకారం (నిఖిలం)

అధ్యాయం 4

అనేక లెఖ్ఖల్లో సంఖ్యల హెచ్చవేత చాలా ప్రముఖ పాత్ర వహిస్తుంది. వేదగణితం 2 సంఖ్యలని హెచ్చవేయటానికి, రెండు ముఖ్యమైన పద్ధతులని సూచిస్తుంది. అవి -

- నిఖిలం పద్ధతి
- ఊర్ధ్వ తిర్యక్ పద్ధతి

నిఖిలం పద్ధతిలో, ఇచ్చిన రెండు సంఖ్యలనీ, ఒకటే సంఖ్యలోంచి తీసివేస్తాము. ఆ సంఖ్యని ఆధారం అంటారు. అప్పుడు వచ్చిన వ్యత్యాసాల మధ్య జరుగుతుంది హెచ్చవేత.

వచ్చే అధ్యాయంలో ఊర్ధ్వ తిర్యక్ పద్ధతిని చూద్దాం. అందులో క్రాస్ మల్టిప్లికేషన్ పద్ధతి (అటూ ఇటూ చేసే గుణాంక పద్ధతి)ని వాడతాము.

ముందుగా మనం నిఖిలం పద్ధతిని అధ్యయనం చేద్దాం. ముందుగా 100,1000,10000 వగైరా ఆధారాలకి దగ్గరగా ఉన్న సంఖ్యల హెచ్చవేతలని చూద్దాం. ఆ తర్వాత, 50,500,5000 వగైరా ఆధారాలకి దగ్గరగా ఉన్న సంఖ్యల హెచ్చవేతలని చూసి, చివరగా వీలున్న ఏ ఆధారంకైనా చూద్దాం.

100 ఆధారానికి, హెచ్చవేయబడే సంఖ్యలు వీటిలో ఏవన్నా అవచ్చు.

- ఆధారం కన్నా చిన్నవి (ఉదా: 96,98)
- ఆధారం కన్నా పెద్దవి (ఉదా 103, 105)
- రెండూ కలిసినవి (ఉదా 96×103)

దృష్టాంతం 1 : ఆధారం (100) కన్నా తక్కువ ఉన్న పూర్ణ సంఖ్యలు

93×98 హెచ్చవేతని పరిగణలోకి తీసుకుందాం. ముందు సాంప్రదాయ పద్ధతిలో చూసాక, వేద పద్ధతికి వెళ్దాం.

```
      9 3
  ×   9 8
  ---------
  8 3 7 0
+ 7 4 4
  ---------
  9 1 1 4
  ---------
```

వేద గణిత పద్ధతి

రెండు సంఖ్యలని ఒకదానికింద ఒకటి రాసి, ఒక్కొక్క సంఖ్యకీ ఆధారానికీ (100) మధ్య ఉన్న వ్యత్యాసాన్ని కుడివైపు రాయండి, కింద చూపినట్టుగా...

```
93        -7   .........   (93-100)
98        -2   .........   (98-100)
--------------------
91   /   14
```

అటూ ఇటూ జతల్లో ఏ జతయొక్క కూడిక అన్నా తీసుకోండి.

ఉదా: 93+ (-2) లేదా 98 +(-7)

రెండింటి జవాబూ ఒకటే. అది 91. అది మన జవాబులో మొదటిభాగం.

దీన్ని 91 వందలు లేదా 9100గా అర్థం చేసుకోవాలి. ఆధారం 100 కాబట్టి ఇప్పుడు కేవలం రెండు వ్యత్యాసాలనీ (-2)×(-7) హెచ్చవేయండి. 14 వస్తుంది. అది జవాబులో రెండో భాగం.

అంటే చివరి జవాబు 9114. దీన్ని 9100 + 14గా కూడా అర్థం చేసుకోవచ్చు.

ముఖ్యమైన విషయాలు

ఆధారం 100 కాబట్టి, జవాబులోని రెండో భాగంలో మనకి రెండు అంకెలు ఉండాలి. (ఆధారంలో ఎన్ని సున్నాలుంటే అన్ని)

- మనకి ఒకటే అంకె వస్తే, ఆ అంకెకి ఎడమపక్క ఒక సున్నా కలుపుకోవాలి.

ఉదా : 2×3ని రాస్తాము 06.

ఉదా : 98 -2

97 -3

95 / 06 (6కి ఒక సున్నా కలపండి '06' రావటానికి)

- వచ్చిన అంకెలు రెండుకన్నా ఎక్కువ ఉంటే, అప్పుడు ఎడమపక్క చివరి అంకెని (వందల స్థానంలోది) ఎడమపక్కకి తీసుకువెళ్తాము.

ఉదా : 88 - 12

84 - 16

72 / 192

= 73/92 *(1ని ఎడమపక్కకి తీసుకెళ్ళి 72 కూడితే, వస్తుంది 73)*

- కేవలం ఒక్క సంఖ్య మాత్రమే ఆధారంకి దగ్గరగా ఉండి, రెండోది లేకపోయినా కూడా ఈ పద్ధతి అంతే ఉపయోగకరంగా ఉంటుంది.

ఉదా : 94 - 6

35 - 65

29 / 390

= 32 / 90 (3ని ఎడమపక్కకి తీసుకెళ్ళి 29కి కూడితే, వస్తుంది 32)

దృష్టాంతం 2 : ఆధారం (100) కన్నా ఎక్కువ ఉన్న పూర్ణ సంఖ్యలు

103 × 105 హెచ్చవేతని చూద్దాం. పద్ధతి అక్షరాలా ఒక్కటే. అందుకని ఈ విధంగా రాయవచ్చు.

103 +3

105 +5

108 / 15

ఇక్కడ వ్యత్యాసం ధనాత్మక విలువలో ఉందని గమనించాలి. అంటే కూడాలి. అంటే +3(103-100) మరియు +5(105-100)

అటూ ఇటూ చేసే కూడికతో వచ్చిన జవాబు 108(103+5) లేదా (105+3)

వ్యత్యాసాలని హెచ్చవేస్తే వచ్చిన జవాబు 15. అందుకని చివరి జవాబు 10815.

మళ్ళీ మనం, జవాబులో రెండో భాగంలో సరిగ్గా రెండు అంకెలు ఉండేటట్టు చూసుకోవాలి. రెండు కన్నా తక్కువ ఉంటే, ఒక సున్నా కలుపుకోవాలి. ఎక్కువ వుంటే ఎడమపక్కకి జరుపుకోవాలి.

ఉదా : ఈ రెండు దృష్టాంతాలనీ పరిగణలోకి తీసుకుందాం.

ఎ) 101 × 101

101 +1

101 +1

102 / 01 (ఎడమపక్క సున్నా కలపండి)

బి) 113 × 115

113 + 13	13 + 3
115 + 15	15 + 5
128 / 195	18 / 15
= 12995 *(1ని ఎడమపక్కకి తీసుకెళ్ళండి)*	= 195 *(1ని ఎడమపక్కకి తీసుకెళ్ళండి)*

ఇక్కడ 13, 15లని కూడా ఇదే పద్ధతి ద్వారా హెచ్చవేసాం. కాకపోతే దానికి ఆధారంగా 10ని తీసుకున్నాం.

ఇదే పద్ధతి ఉపయోగించి ఆధారానికి దగ్గరగా ఉన్న సంఖ్యల ఘనాలని కనుక్కోవచ్చు. ఉదా : 96^2 లేదా 104^2

దృష్టాంతం 3 : ఆధారం (100) కన్నా ఎక్కువ, తక్కువ ఉన్న పూర్ణ సంఖ్యలు

97×104 హెచ్చవేతని చూద్దాం.

ఇక్కడ 97 సంఖ్య 100 కన్నా తక్కువుంటే, 104 సంఖ్య 100 కన్నా ఎక్కువుంది.

ఇదే పద్ధతి ఉపయోగిస్తే, మనకిలా వస్తుంది

97 -3

104 +4

101 / (-12)

ఇక్కడ 2వ భాగంలో జవాబు -12. ఇప్పుడు మనం ఎడమపక్క నుంచి 1 తీసుకువస్తే అటు ఉండే జవాబు 100, (ఆధారం 100 కాబట్టి,) అప్పుడు చివరి జవాబు వస్తుందిలా;

101/(-12) = 100 / (100 - 12)

= 100/88 = 10088

దీన్ని ఇలా కూడా చూపించవచ్చు. 10100 - 12 = 10088

అధ్యాయం 1లో వివరించిన పద్ధతిని ఉపయోగించి (అన్నీ 9 నుంచి ఆఖరిది 10 నుంచి) 100 నుంచి తీసివేయండి.

మళ్ళీ, జవాబులోని 2వ భాగానికి సరిగ్గా రెండు అంకెలు ఉండాలి, ఆధారానికి 2 సున్నాలు ఉన్నాయి కాబట్టి.

ఈ క్రింది రెండు ఉదాహరణలని పరిగణలోనికి తీసుకుందాం :

ఎ) 101 × 99

101 + 1

99 -1

100 / -1

99 / 99 = 9999

బి) 112 × 89

112 + 12

89 - 11

101 / (-132)

అధ్యాయం 2లో వివరించినట్టుగా 12ని 11తో హెచ్చవేసి 132ని పొందవచ్చు. 100 కన్నా 132 ఎక్కువ కాబట్టి, ఎడమపక్కనుంచి మనం 2 తెచ్చుకోవాలి. అప్పుడది 200కి సమానం అవుతుంది (2×100)

అప్పుడు జవాబు ఇలా ఉంటుంది.

= 99/(200-132) = 9968

లేదా, అంతకు ముందు సూచించినట్టు, ఈ విధంగా చేసినా కూడా జవాబు వస్తుంది

10100 - 132 = 9968

దృష్టాంతం 4 : దశాంశాల ఉదాహరణలు

9.8 × 89 చూద్దాం. ముందు ఈ సంఖ్యలని 98 మరియు 89 గానే భావించి కింద చూపించినట్టుగా హెచ్చవేతని కొనసాగిద్దాం

98 -2

89 -11

87 / +22

= 87 /22 = 8722

ఇచ్చిన సంఖ్యల్లో దశాంశ బిందువు ఒక్క అంకె తర్వాత ఉంది కాబట్టి, మనం కూడా కుడినుంచి ఒక్క అంకె తర్వాత దశాంశ బిందువుని పెట్టాము. అప్పుడు చివరి జవాబు 872.2

దృష్టాంతం 5 : 1000 మరియు 10000 ఆధారాలతో ఉదాహరణలు.

997 × 993 ఉదాహరణని పరిగణలోకి తీసుకుందాం. వీటికి ఆధారం 1000.

997 -3

993 -7

990 / 021

తతంగం అంతా ఒకటే.

జవాబులో మొదటి భాగం అంటే 990 వస్తుంది అటూ ఇటూ కూడితే, 993-3 లేదా 997-7

రెండవ భాగం 3ని 7తో హెచ్చవేసి, 3 అంకెలు ఉండాలి కాబట్టి వచ్చిన జవాబు 21కి ముందు '0' కలిపితే వస్తుంది.

అందువల్ల చివరి జవాబు 990021

ఇప్పుడు 9998 × 10003 ఉదాహరణని వరిగణలోనికి తీసుకుందాం.వీటికి ఆధారం 10000.

9998	-2
10003	+3
10001	/ -0006

జవాబులో మొదటి భాగం అంటే 10001 వస్తుంది, అటూ ఇటూ కూడితే, 9998 + 3 లేదా 10003 - 2

రెండవ భాగం -2ని +3తో హెచ్చవేసి, నాలుగు అంకెలు ఉండాలి కాబట్టి (ఆధారం 10000లో ఉన్న సున్నాల సంఖ్య), వచ్చిన జవాబు -6కి '000' కలుపుకోవాలి. ఇప్పుడు ఎడమ పక్క నుంచి 1 తెచ్చుకుని (10000కి సమానంగా) అందులోంచి 6 తీసివేస్తే వస్తుంది 9994.

అంతకుముందులాగే, ఇది 100010000 - 6

అందువల్ల చివరి జవాబు 10000/9994 అంటే 100009994

దశాంశాలని హెచ్చవేసే పద్ధతిని ముందే సూచించాము. అది ఎలాగంటే, ముందు సంఖ్యలని దశాంశ బిందువు లేకుండా ఈ పద్ధతి ప్రకారం హెచ్చవేసేసి, వచ్చిన జవాబులో సరియైన స్థానంలో దశాంశ బిందువుని పెట్టుకోవాలి.

దృష్టాంతం 6 : తక్కిన ఆధారాలు - 50, 250, 500 వగైరా

ఇప్పుడు మనం 50, 250, 500 వగైరా ఆధారాలకి దగ్గరగా ఉన్న సంఖ్యల హెచ్చవేతలని పరిగణలోనికి తీసుకుందాం. ఇవన్నీ 50 సంఖ్య గుణిజాలు. తర్వాత 40 లాంటి ఆధారాలతో, అంటే 50కి గుణిజాలు కాని సంఖ్యలతో ఎలా హెచ్చవేయచ్చో చూద్దాం. దాని తర్వాత పాఠకుడు తనకి నచ్చిన ఏ ఆధారానికన్నా ఈ పద్ధతిని సాగదీయవచ్చు.

పూరింపబడిన ఉదాహరణలు ఈ విధంగా చేకూర్చబడ్డాయి.

I. ద్వితీయ ఆధారమైన - 50

II. ద్వితీయ ఆధారమైన - 250

III. ద్వితీయ ఆధారమైన - 500

IV. ద్వితీయ ఆధారాలైన - 40 మరియు 60

V. ద్వితీయ ఆధారమైన - 300

I. ద్వితీయ ఆధారమైన 50

ఉదాహరణ 1 42 × 46ల హెచ్చవేతని పరిగణలోనికి తీసుకుందాం.

ఇక్కడ మనం ద్వితీయ ఆధారాన్ని 50గా తీసుకోవచ్చు. దీనికి దగ్గరి ప్రాథమిక ఆధారాన్ని 10 లేదా 100గా తీసుకోవచ్చు. ప్రాథమిక ఆధారానికీ, ద్వితీయ ఆధారానికీ మధ్య కారణాంకం ఈ విధంగా ఉంటుంది.

కారణాంకం = ద్వితీయ ఆధారం / ప్రాథమిక ఆధారం

5= 50/10 (ప్రాథమిక ఆధారం = 10 అయితే)

1/2 = 50/100 (ప్రాథమిక ఆధారం = 100 అయితే)

మనం ఈ రెండింటిలో ఏ కారణాంకాన్నా వాడి, కావాల్సిన జవాబుని లెక్కకట్టవచ్చు. ఒక్కొక్కటీ వివరంగా చూద్దాం.

ఎ)దృష్టాంతం 1:42×46కి ప్రాథమిక ఆధారం 10.ద్వితీయ ఆధారం 50

- ద్వితీయ ఆధారం 50
- కొలమాన ప్రక్రియ : కారణాంకం = 5 = 50/10

  (ద్వితీయ ఆధారం ÷ ప్రాథమిక ఆధారం)
- జవాబులో కుడిపక్క ఒక్క అంకె ఉండాలి, ప్రాథమిక ఆధారానికి ఒక సున్నా ఉంది కాబట్టి.

ఈ పద్ధతిలో మొదటి భాగం అలాగే సాగుతుంది. అది ఈ క్రిందివిధంగా ఉంది.

పరిగణలోకి తీసుకుందాం : 42 × 46 (ఒక్కొక్క సంఖ్య నుంచి 50 తీసివేయండి)

42	-8
46	-4
38 /	**32**

ఇప్పుడు మనం ఈ దశలో వచ్చిన జవాబు విలువలో ఎడమ భాగాన్ని పెంచాలి, దాన్ని 5తో హెచ్చవేసి

38×5 = 190 కాబట్టి, జవాబు అవుతుంది 190/32

కాని ప్రాధమిక ఆధారం (10)కి ఒక సున్నా ఉంది కాబట్టి, జవాబులో కుడిపక్క ఒక అంకెని ఉంచి, 3ని ఎడమపక్కకి తీసుకువెళ్దాం.

అందువల్ల, మన చివరి జవాబు అవుతుంది 1932.

బి) దృష్టాంతం2 : 42 × 46కి ప్రాధమిక ఆధారం 100, ద్వితీయ ఆధారం 50

- ద్వితీయ ఆధారం 50
- కొలమాన ప్రక్రియ : కారణాంకం = 1/2 = 50/100

  (ద్వితీయ ఆధారం ÷ ప్రాధమిక ఆధారం)
- జవాబులో కుడిపక్క రెండు అంకెలుండాలి.

పద్ధతి ఒకటే. అది యిలా సాగుతుంది:

పరిగణలోకి తీసుకుందాం: 42 × 46(ఒక్కొక్కసంఖ్య నుంచి 50 తీసివేయండి)

42	-8
46	-4
38	**/ 32**

ఇప్పుడు మనం ఈ దశలో వచ్చిన జవాబు విలువలో ఎడమభాగాన్ని తగ్గించాలి 1/2తో హెచ్చవేసి.

38/2 =19 కాబట్టి, జవాబు అవుతుంది **19/32** = 1932

ప్రాధమిక ఆధారం 100 కాబట్టి, దానికి రెండు సున్నాలు ఉన్నాయి కాబట్టి, జవాబులో కుడిపక్క రెండు అంకెలనీ అలాగే ఉంచేస్తాం.

అందువల్ల, మన చివరి జవాబు అవుతుంది 1932.

ఓహో! అద్భుతంగా లేదూ? రెండు రకాల్లోనూ జవాబు ఒకటే వచ్చింది

ప్రత్యేక సందర్భాలు

ఇప్పుడు కొన్ని ప్రత్యేక సందర్భాలను తీసుకుందాం:

- కొలమాన ప్రక్రియ చేసేటప్పుడు భిన్నం వస్తే, మరియు/లేదా
- కుడిపక్క జవాబు రుణాత్మక విలువ వస్తే

ఈ రెండు సందర్భాలనూ కలిగిన ఒక ఉదాహరణ చూద్దాం.

ఉదాహరణ 2 : 52 × 47 హెచ్చవేతని పరిగణలోకి తీసుకుందాం.

సి) దృష్టాంతం 1 : 52×47కిప్రాథమిక ఆధారం 10,ద్వితీయ ఆధారం 50.

- ద్వితీయ ఆధారం 50
- కొలమాన ప్రక్రియ :కారణాంకం = 5 = 50/10

  (ద్వితీయ ఆధారం ÷ ప్రాథమిక ఆధారం)
- జవాబులో కుడిపక్క ఒక అంకె ఉండాలి.

పరిగణలోకి తీసుకుందాం: 52×47 (ఒక్కొక్కసంఖ్యనుంచీ50 తీసివేయండి)

52 +2

47 - 3

49 / (-6)

ఇప్పుడు మనం ఈ దశలో వచ్చిన జవాబులో ఎడమ భాగాన్ని పెంచాలి 49ని 5తో హెచ్చవేసి.

49×5 = 245 కాబట్టి జవాబు **245/(-6)** అవుతుంది.

ప్రాథమిక ఆధారం 10 కాబట్టి మనం ఎడమపక్కనుంచి ఒకటి తెస్తే, అప్పుడు 10 అవుతుంది. ఆ పదిలోంచి 6 తీసివేద్దాం.

అప్పుడు చివరి జవాబు అవుతుంది 244/4 = 2444

దీన్ని ఈ విధంగా తీసుకున్నా కూడా జవాబు వస్తుంది 2450-6=2444

డి) దృష్టాంతం 2 : 52 × 475 ప్రాథమిక ఆధారం 100,

రెండవ ఆధారం 50

- ద్వితీయ ఆధారం 50
- కొలమాన ప్రక్రియ : కారణాంకం = 1/2 = 50/100

(ద్వితీయ ఆధారం ÷ ప్రాథమిక ఆధారం)

- జవాబులో కుడిపక్క రెండు అంకెలు ఉండాలి

పరిగణలోకి తీసుకుందాం:52× 47 (ఒక్కొక్క సంఖ్యనుంచీ 50 తీసివేయండి)

52 +2

47 -3

---

49 / (-6)

ఇప్పుడు మనం ఈ దశలో వచ్చిన జవాబులో ఎడమ భాగాన్ని తగ్గించాలి 49ని 2తో భాగించి.

49/2 = 24.5 కాబట్టి జవాబు అవుతుంది 241/2/(-6)

ప్రాథమిక ఆధారం 100 కాబట్టి, మనం ఎడమపక్కనుంచి 1/2 తీసుకువద్దాం. ఇది 50 (ప్రాథమిక ఆధారం 100/2)గా తెచ్చిన దాంతో సమానం. 50 నుంచి 6 తీసివేస్తే వస్తుంది 44.

అంటే చివరి జవాబు అవుతుంది 24/44 = 2444

24.5 వందలు అంటే 2450 అవుతుంది. కాబట్టి, దీన్ని యిలా కూడా చూపించవచ్చు :

2450 / (-6) = 2444

ప్రాథమిక ఆధారం ఏదైనా కాని మనకి జవాబు ఒకటే వస్తుంది. భాగాహారం బదులు గుణకారాన్ని వాడాల్సి వచ్చేటట్టుగా కొలమానప్రక్రియని ఎన్నుకుంటే, భిన్నం రాకుండా తప్పించుకోవచ్చు.

II. ద్వితీయ ఆధారమైన 250

ఉదాహరణ 2 : 266 × 235 హెచ్చవేతని పరిగణలోకి తీసుకుందాం.

ఇ) 235×266కి, ప్రాథమిక ఆధారం 1000, ద్వితీయ ఆధారం 250

- ద్వితీయ ఆధారం 250
- కొలమాన ప్రక్రియ : కారణాంకం = 1/4 = 250/1000

(ద్వితీయ ఆధారం ÷ ప్రాథమిక ఆధారం)

- జవాబులో కుడిపక్క మూడు అంకెలు ఉండాలి.

పరిగణలోకి తీసుకుందాం:235×266 (ఒక్కొక్కసంఖ్యనుంచీ250 తీసివేయండి)

దశలని తీసుకుందాం

235 -15

266 +16

---

251 / (-240)

ఇప్పుడు మనం ఈ దశలో వచ్చిన జవాబులో ఎడమ భాగాన్ని తగ్గించాలి, 251ని 4తో భాగించి

251/4 = 62 3/4 కాబట్టి, జవాబు అవుతుంది 63 3/4 / (-240)
ప్రాథమిక ఆధారం 1000 కాబట్టి మనం ఎడమపక్కనుంచి 3/4 తీసుకువద్దాం. ఇది 750 (ప్రాథమిక ఆధారం 1000* 3/4) గా తెచ్చిన దాంతో సమానం. 750 నుంచి 240 తీసివేస్తే వస్తుంది 510.

అంటే చివరి జవాబు అవుతుంది 62/510 = 62510

లేదా, దీన్ని యిలా కూడా చూపించవచ్చు 62750 - 240 = 62510

III. ద్వితీయ ఆధారమైన 500

ఉదాహరణ 4 : 532 × 485 హెచ్చవేతని తీసుకుందాం.

ఎఫ్) 532 × 485కి ప్రాథమిక ఆధారం 100, ద్వితీయ ఆధారం 500

- ద్వితీయ ఆధారం 500
- కొలమానప్రక్రియ : కారణాంకం = 5=500/100

(ద్వితీయ ఆధారం ÷ ప్రాథమిక ఆధారం)

● జవాబులో కుడిపక్క రెండు అంకెలు ఉండాలి.

పరిగణలోకి తీసుకుందాం : 532 × 485 (ఒక్కొక్క సంఖ్య నుంచీ 500 తీసివేయండి)

దశలని తీసుకుందాం.

532 +32

485 -15

517 /(-480)

ఇప్పుడు మనం ఈ దశలో వచ్చిన జవాబులో ఎడమభాగాన్ని పెంచాలి 517ని 5తో హెచ్చువేసి

517×5 = 2585 కాబట్టి

జవాబు అవుతుంది 2585/(-480)

ప్రాధమిక ఆధారం 100 కాబట్టి, ఎడమపక్కనుంచి 5 తీసుకువద్దాం. ఇది 500 (ప్రాధమిక ఆధారం 100*5) గా తెచ్చిన దాంతో సమానం. 500 నుంచి 480 తీసివేస్తే వస్తుంది 20.

అంటే చివరి జవాబు అవుతుంది 2580/20 = 258020

లేదా, దీన్ని యిలా కూడా చూపించవచ్చు 258500 - 480 = 258020

జి) 532 × 485కి ప్రాధమిక ఆధారం 1000, రెండవ ఆధారం 500

● ద్వితీయ ఆధారం 500

● కొలమాన ప్రక్రియ : కారణాంకం = 1/2 = 500/1000

(ద్వితీయ ఆధారం ÷ ప్రాధమిక ఆధారం)

● జవాబులో కుడిపక్క మూడు అంకెలు ఉండాలి.

దశలని తీసుకుందాం

532 +32

485 -15

517 / (-480)

ఇప్పుడు మనం ఈ దశలో వచ్చిన జవాబులో ఎడమభాగాన్ని తగ్గించాలి 517ని 2తో భాగించి,

517/2 = 258 1/2 కాబట్టి, జవాబు అవుతుంది 258 1/2 / (-480)

ప్రాథమిక ఆధారం 1000 కాబట్టి మనం ఎడమపక్క నుంచి 1/2 తీసుకువద్దాం. ఇది 500 (ప్రాథమిక ఆధారం 1000*1/2)గా తెచ్చిన దాంతో సమానం. 500 నుంచి 480 తీసివేస్తే వస్తుంది 20.

అంటే చివరి జవాబు అవుతుంది 258/020 = 258020

ఎడమపక్క జవాబు 258.5 వందలు, అంటే 258500తో సమానం.

అందుకని దీన్ని యిలా కూడా చూపించవచ్చు. 258500-480 = 258020

IV. రెండవ ఆధారాలైన 40, 60

ఉదాహరణ 5 : 32 × 46 హెచ్చవేతని పరిగణలోకి తీసుకుందాం.

హెచ్) 32 × 48కి ప్రాథమిక ఆధారం 10, ద్వితీయ ఆధారం 40

- ద్వితీయ ఆధారం 40
- కొలమానప్రక్రియ : కారణాంకం = 4 = 40/10

  (ద్వితీయ ఆధారం ÷ ప్రాథమిక ఆధారం)
- జవాబులో కుడిపక్క ఒక్క అంకె ఉండాలి.

పరిగణలోకి తీసుకుందాం: 32 × 48 (ఒక్కొక్క సంఖ్య నుంచీ 40 తీసివేయండి)

32	-8
48	+8
40	/ (-64)

ఇప్పుడు మనం ఈ దశలో వచ్చిన జవాబులో ఎడమభాగాన్ని పెంచాలి, 40ని 4తో హెచ్చవేసి.

40 × 4 = 160 కాబట్టి, జవాబు అవుతుంది 160/(-64)

ప్రాథమిక ఆధారం 10కాబట్టి, మనం ఎడమపక్కనుంచి 7 తీసుకుందాం.

ఇది 70 (ప్రాథమిక ఆధారం 10*7) గా తెచ్చినదాంతో సమానం. 70 నుంచి 64 తీసివేస్తే వస్తుంది 6

ఇది దీనికి కూడా సమానమే 1600 - 64

అందువల్ల, చివరి జవాబు 1536.

ఉదాహరణ : 6 64 × 57 హెచ్చవేతని పరిగణలోకి తీసుకుందాం.

ఐ) 64×57కి ప్రాథమిక ఆధారం 10, ద్వితీయ ఆధారం 60

- ద్వితీయ ఆధారం = 60
- కొలమానప్రక్రియ : కారణాంకం = 6 = 60/10

(ద్వితీయ ఆధారం ÷ ప్రాథమిక ఆధారం)

- జవాబులో కుడిపక్క ఒక్క అంకె ఉండాలి.

పరిగణలోకి తీసుకుందాం : 64 × 57 (ఒక్కొక్క సంఖ్యనుంచి 60 తీసివేయండి)

64 +4

57 -3

61 / (-12)

ఇప్పుడు మనం ఈ దశలో వచ్చిన జవాబులో ఎడమభాగాన్ని పెంచాలి 61ని 6తో హెచ్చవేసి

61×6 = 366 కాబట్టి జవాబు అవుతుంది 366/(-12) = 364/8

ప్రాథమిక ఆధారం 10 కాబట్టి, మనం ఎడమపక్కనుంచి 2 తీసుకుందాం. ఇది 20 (ప్రాథమిక ఆధారం 10*2) గా తెచ్చిన దాంతో సమానం. 20 నుంచి 12 తీసేస్తే వస్తుంది 8

ఇది దీనికి కూడా సమానమే 3660-12.

అందువల్ల చివరి జవాబు 3648.

V. ద్వితీయ ఆధారమైన 300

ఉదాహరణ 7: 285× 315 హెచ్చవేతని పరిగణలోకి తీసుకుందాం.

జె) 285×315కి ప్రాథమిక ఆధారం 100, రెండవ ఆధారం 300

- ద్వితీయ ఆధారం = 300
- కొలమాన ప్రక్రియ: కారణాంకం = 3 = 300/100

  (ద్వితీయ ఆధారం ÷ ప్రాథమిక ఆధారం)

- జవాబులో కుడిపక్క రెండు అంకెలు ఉండాలి.

పరిగణలోకి తీసుకుందాం: 285×315 (ఒక్కొక్క సంఖ్య నుంచీ300 తీసివేయండి)

285 +15

315 -15

---

300 / (-225)

ఇప్పుడు మనం ఈ దశలో వచ్చిన జవాబులో ఎడమ భాగాన్ని పెంచాలి 300ని 3తో హెచ్చవేసి.

300 × 3 = 900 కాబట్టి, జవాబు అవుతుంది 900/(-225)

ప్రాథమిక ఆధారం 100 కాబట్టి, మనం ఎడమవక్కనుంచి 3 తీసుకుందాం. ఇది 300 (ప్రాథమిక ఆధారం 100 * 3) గా తెచ్చినదాంతో సమానం. 300 నుంచి 225 తీసివేస్తే వస్తుంది 75.

అందువల్ల చివరి జవాబు అవుతుంది 897/75= 89775.

ముక్తాయింపు

ఈ విభాగం, చివరి జవాబుని త్వరగా పొందటానికి వీలుగా ప్రాథమిక, ద్వితీయ ఆధారాల మేళవింపులని ఎన్ని రకాలుగా చేయవచ్చు అన్న విషయం మీద ఒక అవగాహననిస్తుంది. పాఠకుడు ద్వితీయ ఆధారాన్ని జాగ్రత్తగా ఎన్నుకోవాలి. అప్పుడు లెఖ్ఖ కట్టటానికి పట్టే సమయం అనూహ్యంగా తగ్గుతుంది.

5.ఆధారం (100)కన్నాతక్కువ ఉన్న సంఖ్యల గుణకారాలకి ఉదాహరణలు

వరుస క్రమం	అభ్యాసం	జవాబు
1.	97×83	8051
2.	96×98	9408
3.	97×92	8924
4.	88×98	8624
5.	87×840	73080
6.	97×93	9021
7.	88×89	7832
8.	85×8.9	756.50
9.	97×320	31040
10.	9.8×0.95	9.31
11.	8.4×0.089	0.7476
12.	8.8×9.7	85.36
13.	7.6×8.7	66.12
14.	0.0092×0.0092	0.00008464
15.	8.7×93	809.10
16.	0.77×98	75.46
17.	86×0.97	83.42
18.	9.6×79	758.40
19.	0.085×93	7.905
20.	6.9×8.8	60.72

6. ఆధారం (100) కన్నాఎక్కువఉన్న సంఖ్యల గుణకారాలకి ఉదాహరణలు

వరుస క్రమం	అభ్యాసం	జవాబు
1.	104×105	10920
2.	103×108	11124
3.	1110×107	118770
4.	101×121	12221

5.	143×104	14872
6.	115×113	12995
7.	112×1070	119840
8.	113×103	11639
9.	10.2×10.5	10.71
10.	10.1×105	1060.5
11.	1.05×10.2	10.71
12.	0.115×10.3	1.1845
13.	1.06×10.4	11.024
14.	11.5×1.01	11.615
15.	0.112×1030	115.36
16.	0.104×107	11.128
17.	119×131	15589
18.	1.12×10.3	11.536
19.	0.143×109	15.587
20.	107×11.2	1198.4

7.ఆధారం (100)కన్నాఎక్కువ,తక్కువఉన్నసంఖ్యలగుణకారాలకి ఉదాహరణలు.

వరుస క్రమం	అభ్యాసం	జవాబు
1.	94×108	10152
2.	96×109	10464
3.	920×106	97520
4.	88×112	9856
5.	91×107	9737
6.	76×1090	82840
7.	9.3×1.15	10.695
8.	95×111	10545
9.	10.2×9.8	99.96
10.	10.6×0.97	10.282
11.	108×0.97	104.76

12.	0.0095×1.06	0.01007
13	0.94×1.12	1.0528
14.	0.88×10.6	9.328
15.	8.7×13.5	117.45
16.	95×106	10070
17.	9.4×11.2	105.28
18.	10.5×9.7	101.85
19.	0.0085×10.4	0.0884
20.	0.79×10.7	8.453

8. ఆధారం (100) కన్నా తక్కువ ఉన్న వర్గాల ఉదాహరణలు

వరుస క్రమం	అభ్యాసం	జవాబు
1.	96^2	9216
2.	98^2	9604
3.	87^2	7569
4.	9.8^2	96.04
5.	0.87^2	0.7569
6.	89^2	7921
7.	94^2	8836
8.	0.99^2	0.9801
9.	0.097^2	0.009409
10.	880^2	774400
11.	0.092^2	0.008464
12.	970^2	940900
13.	9.3^2	86.49
14.	0.86^2	0.7396
15.	9200^2	84640000
16.	9.6^2	92.16
17.	0.89^2	0.7921
18.	88^2	7744
19.	0.97^2	0.9409
20.	0.77^2	0.5929

9. ఆధారం (100) కన్నా ఎక్కువ ఉన్న వర్గాల ఉదాహరణలు

వరుస క్రమం	అభ్యాసం	జవాబు
1.	102^2	10404
2.	105^2	11025
3.	104^2	10816
4.	112^2	12544
5.	109^2	11881
6.	10.6^2	112.36
7.	1.08^2	1.1664
8.	11.3^2	127.69
9.	12.5^2	156.25
10.	1130^2	1276900
11.	0.0109^2	0.00011881
12.	111^2	12321
13.	13.5^2	182.25
14.	0.113^2	0.012769
15.	11400^2	129960000
16.	117^2	13689
17.	11.9^2	141.61
18.	12.4^2	153.76
19.	0.119^2	0.014161
20.	1.32^2	1.7424

10. ఆధారం (1000) కన్నా తక్కువ ఉన్న సంఖ్యల (3-అంకెల) గుణకారాలకి ఉదాహరణలు

వరుస క్రమం	అభ్యాసం	జవాబు
1.	899×995	894505
2.	994×885	879690
3.	986×993	979098
4.	777×995	773115
5.	386×998	385228
6.	975×882	859950
7.	987×992	979104

8.	991×355	351805
9.	113×991	111983
10.	994×995	989030
11.	92.7×9.95	922.365
12.	93.4×9.97	931.198
13.	0.0988×978	96.6264
14.	9.72×99.6	968.112
15.	99.9×9.53	952.047
16.	98.1×0.988	96.9228
17.	9.72×99.6	968.112
18.	0.0992×0.194	0.0192448
19.	9.92×9.97	98.9024
20.	9.93×235	2333.55

11. ఆధారం (1000) కన్నా ఎక్కువ ఉన్న సంఖ్యల (4-అంకెల) గుణకారాలకి ఉదాహరణలు

వరుస క్రమం	అభ్యాసం	జవాబు
1.	1006×1005	1011030
2.	1044×1004	1048176
3.	1010×1013	1023130
4.	1014×1019	1033266
5.	1013×10030	10160390
6.	1009×1006	1015054
7.	1.005×1002	1007.010
8.	1015×1012	1027180
9.	1.022×100.1	102.3022
10.	1.014×10.03	10.17042
11.	1018×1004	1022072
12.	10.15×1010	10251.5
13.	1011×1023	1034253
14.	1031×1007	1038217

15.	1055×1.005	1060.275
16.	10.06×1012	10180.72
17.	1008×10.09	10170.72
18.	1034×1002	1036068
19.	10.21×1010	10312.1
20.	1054×1002	1056108

12. ఆధారం (1000)కన్నా ఎక్కువ, తక్కువ ఉన్న (3-అంకెల) గుణకారాలకి ఉదాహరణలు

వరుస క్రమం	అభ్యాసం	జవాబు
1.	1004×998	1001992
2.	1008×990	997920
3.	1007×995	1001965
4.	998×1005	1002990
5.	997×1001	997997
6.	985×1100	1083500
7.	1112×998	1109776
8.	1010×976	985760
9.	1004×999	1002996
10.	1.010×99.5	100.495
11.	0.1012×0.983	0.0994796
12.	1.015×98.9	100.3835
13.	1.022×9.92	10.13824
14.	102.5×8.88	910.2
15.	1.021×0.0997	0.1017937
16.	1.019×98.7	100.5753
17.	1.007×0.996	1.002972
18.	103.2×8.86	914.352
19.	1011×986	996846
20.	10.13×991	10038.83

13. ఆధారం (1000)కన్నా తక్కువ ఉన్న వర్గాలకు ఉదాహరణలు

వ.క్ర	అభ్యాసము	జవాబు
1.	996^2	992016
2.	99.4^2	9880.36
3.	9.98^2	99.6004
4.	0.993^2	0.986049
5.	888^2	788544
6.	9950^2	99002500
7.	997^2	994009
8.	9.99^2	99.8001
9.	0.985^2	0.970225
10.	98.4^2	9682.56
11.	0.0997^2	0.00994009
12.	9040^2	81721600
13.	9.94^2	98.8036
14.	88.9^2	7903.21
15.	0.992^2	0.984064
16.	9.92^2	98.4064
17.	98.1^2	9623.61
18.	88.7^2	7867.69
19.	786^2	617796
20.	0.988^2	0.976144

14. ఆధారం (1000)కన్నా ఎక్కువ ఉన్న (3-అంకెల) వర్గాలకు ఉదాహరణలు

వరుస క్రమం	అభ్యాసం	జవాబు
1.	1004^2	1008016
2.	1008^2	1016064
3.	1012^2	1024144

4.	10.18^2	103.6324
5.	100.5^2	10100.25
6.	1.007^2	1.014049
7.	11.22^2	125.8884
8.	101.4^2	10281.96
9.	10.09^2	101.8081
10.	100.9^2	10180.81
11.	104.4^2	10899.36
12.	1.067^2	1.138489
13.	1.015^2	1.030225
14.	10.22^2	104.4484
15.	0.1014^2	0.01028196
16.	10.26^2	105.2676
17.	100.8^2	10160.64
18.	1032^2	1065024
19.	1106^2	1223236
20.	1.0172^2	1.03476084

15. ఆధారం (10000) కన్నా తక్కువ ఉన్న సంఖ్యల (4- అంకెల) గుణకారాలకి ఉదాహరణలు

వరుస క్రమం	అభ్యాసం	జవాబు
1.	9995×9992	99870040
2.	9873×9952	98256096
3.	9788×9998	97860424
4.	8899×9988	88883212
5.	9992×9878	98700976
6.	1535×9989	15333115
7.	98.72×9.992	986.41024
8.	0.9925×9.921	9.8465925
9.	9.972×88.89	886.41108
10.	99.75×899.9	89765.025

11.	9898×9994	98920612
12.	8989×9899	88982111
13.	0.8898×9962	8864.1876
14.	9988×9977	99650276
15.	9.897×9999	98960.103
16.	1499×9986	14969014
17.	9.692×899.9	8721.8308
18.	0.1819×9926	1805.5394
19.	8793×99.72	876837.96
20.	0.1697×9959	1690.0423

16. ఆధారం (10000) కన్నా ఎక్కువ ఉన్న సంఖ్యల (5- అంకెల) గుణకారాలకి ఉదాహరణలు

వరుస క్రమం	అభ్యాసం	జవాబు
1.	10002×10008	100100016
2.	10015×10020	100350300
3.	12154×10003	121576462
4.	10004×10010	100140040
5.	100.08×10185	1019314.80
6.	108.49×10.007	1085.65943
7.	10.013×1001.5	10028.0195
8.	1.0083×101.10	101.939130
9.	11572×10004	115766288
10.	12.728×10006	127356.368
11.	103.42×100.11	10353.3762
12.	11022×1100.4	12128608.8
13.	10.025×100.24	1004.90600
14.	1000.7×134.44	134534.108
15.	1.0012×101.35	101.471620
16.	10012×10006	100180072

17.	10.051×10011	100620.561
18.	1.0017×101.36	101.532312
19.	12.672×10004	126770.688
20.	11472×101.09	1159704.48

17. ఆధారం (10000) కన్నా తక్కువ ఉన్న (4-అంకెల) వర్గాల ఉదాహరణలు

వరుస క్రమం	అభ్యాసం	జవాబు
1.	9996^2	99920016
2.	9994^2	99880036
3.	9988^2	99760144
4.	9993^2	99860049
5.	988.8^2	977725.44
6.	9.998^2	99.960004
7.	98.72^2	9745.6384
8.	9750^2	95062500
9.	994.5^2	989030.25
10.	999.9^2	999800.01
11.	9978^2	99560484
12.	98.99^2	9799.0201
13.	9950^2	99002500
14.	984.5^2	969240.25
15.	988.9^2	977923.21
16.	9899^2	97990201
17.	9878^2	97574884
18.	9.993^2	99.860049
19.	9969^2	99380961
20.	987.9^2	975946.41

18. ఆధారం (10000) కన్నా ఎక్కువ ఉన్న (4-అంకెల) వర్గాల ఉదాహరణలు

వరుస క్రమం	అభ్యాసం	జవాబు
1.	10002^2	100040004
2.	100.04^2	10008.0016
3.	10006^2	100120036
4.	10.015^2	100.300225
5.	1.0007^2	1.00140049
6.	100.13^2	10026.0169
7.	10025^2	100500625
8.	1001.4^2	1002801.96
9.	1002.2^2	1004404.84
10.	1001.9^2	1003803.61
11.	10022^2	100440484
12.	10015^2	100300225
13.	1006.4^2	1012840.96
14.	10.051^2	101.022601
15.	100.07^2	10014.0049
16.	10023^2	100460529
17.	10129^2	102596641
18.	10.008^2	100.160064
19.	1.0029^2	1.00580841
20.	101.04^2	10209.0816

19. మిశ్రమ సంఖ్యల గుణకారాలకి ఉదాహరణలు

వరుస క్రమం	అభ్యాసము	జవాబు
1.	38×62	2356
2.	73×84	6132
3.	583×603	351549
4.	224×252	56448
5.	129×251	32379
6.	485×531	257535
7.	271×502	136042
8.	162×173	28026
9.	18.9×20.7	391.23
10.	83×198	16434
11.	5.95×62.5	371.875
12.	88.2×0.921	81.2322
13.	326×3.02	984.52
14.	0.785×81.5	63.9775
15.	74.1×7.52	557.232
16.	7.7×0.86	6.622
17.	386×251	96886
18.	19.8×30.5	603.9
19.	5.96×64.5	384.42
20.	76.6×81.7	6258.22

అధ్యాయం 5

గుణకారం (ఊర్ధ్వతిర్యక్)

నిలువుగా మరియు అటూ-ఇటూ

ఇప్పుడు మనం ఇంకో గుణకార పద్ధతిని చూద్దాం. దీన్ని 'ఊర్ధ్వ తిర్యక్' లేదా క్రాస్ మల్టిప్లికేషన్ టెక్నిక్ అంటారు. ఇందులో అనేక అంకెల మధ్య నిలువుగానూ, అటు-ఇటూ హెచ్చువేతలూ ఉంటాయి. దీనివల్ల చివరి జవాబుని ఒక్క వాక్యంలో పొందవచ్చు.

ఈ క్రింది వాటి గుణకారాలు తీసుకుందాం:

- రెండు 2-అంకెల సంఖ్యలు
- రెండు 3-అంకెల సంఖ్యలు
- రెండు 4-అంకెల సంఖ్యలు
- 2-అంకెల సంఖ్యతో 3- అంకెల సంఖ్య
- 2-అంకెల సంఖ్యతో 4- అంకెల సంఖ్య
- 3-అంకెల సంఖ్యతో 4- అంకెల సంఖ్య

ఈ కిటుకు స్పష్టమైతే, దీన్ని ఎన్ని అంకెలు ఉన్న సంఖ్యలకన్నా పెంచుకుంటూ పోవచ్చు.

దృష్టాంతం 1 : 2 - అంకెల గుణకారం

ఈ క్రింది హెచ్చువేత, సాంప్రదాయ పద్ధతిలో జరిగింది, తీసుకుందాం.

```
    3 8
 ×  5 2
 -------
  1 9 0 0
 +    7 6
 -------
  1 9 7 6
```

వేదగణిత పద్ధతిలో మూడు దశలే ఎ,బి,సిలలో లెక్కకట్టటం ఉంటుంది. బొమ్మలో చూపినట్టుగా

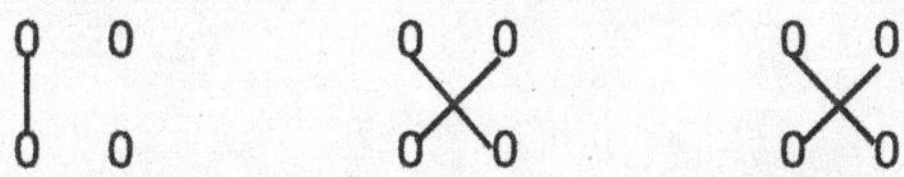

(సి) (బి) (ఎ)

```
   3 8
   5 2
---------------
15 / 46 / 16
---------------
```

దశలు

- **దశ (ఎ)** : కుడిపక్క చివర ఉన్న అంకెలను, 8ని 2తో హెచ్చవేస్తే వస్తుంది 16.
- **దశ (బి)** : క్రాస్ మల్టిప్లికేషన్ చేయండి. అంటే అటుది ఇటూ, ఇటుది అటూ హెచ్చవేయండి. అంటే 3ని 2తో, 8ని 5తో హెచ్చవేస్తే వస్తాయి, జవాబులు వరుసగా 6,40. ఆ రెండింటిని కూడితే వస్తుంది 46.
- **దశ (సి)** : ఎడమపక్క చివర ఉన్న అంకెలను, 3ని 5తో హెచ్చవేస్తే వస్తుంది 15.

మూడు స్థానాల్లోనూ మనం ఒక్కొక్క అంకెనే ఉంచుకుని, ఎక్కువైన దాన్ని ఎడమపక్కకి తీసుకువెళ్తాం.

అందువల్ల, ఈ జవాబులో

15 / 46 / 16

కుడి నుంచి మొదలుపెట్టి 6 ఉంచి, 1 ఎడమపక్కకి తీసుకువెళ్తాం. దీనివల్ల మధ్యస్థానంలో వస్తుంది 47.

ఇప్పుడు 7 ఉంచి, 4 ఎడమపక్కకి తీసుకువెళ్తాం. 4ని 15తో కలిపితే వస్తుంది 19.

ఇది ఇస్తుంది 19/7/6 అంటే 1976. ఇదీ అసలు జవాబు.

ఈ లెక్కించటాన్ని త్వరగా చేయటానికి, పక్కకి తీసుకువెళ్ళాల్సిన సంఖ్య సరిగ్గా ఆ సంఖ్య కిందే దానికి ఎడమపక్క రాయవచ్చు. అప్పుడు ఆ అంకెని దాని ఎడమపక్క ఉన్న సంఖ్యతో అక్కడికక్కడే కూడవచ్చు. ఈ హెచ్చవేతని మళ్ళీ చూద్దాం.

```
   3 8
   5 2
---------
19 / 7 / 6
    4   1
```

ఇక్కడ కుడిపక్క చివర నిలువు హెచ్చవేతని ముందు చేద్దాం

8×2=16. అందులో 6 రాసి, పైన చూపినట్లుగా తీసుకువెళ్ళాల్సిన 1 కింద రాస్తాం.

తర్వాత అటూ-ఇటూ హెచ్చవేస్తాం. 3×2+5×8 = 46. తీసుకువచ్చిన (1) దీనికి కలిపితే వస్తుంది 47. మనం 7ని రాసి, పైన చూపినట్టుగా తీసుకువెళ్ళాల్సిన 4ని కింద రాస్తాం.

మూడవ జవాబుకి 3×5 చేస్తే వస్తుంది 15. తీసుకువచ్చిన 4ని దీనికి కలిపితే వస్తుంది 19.

మీరే గమనించినట్టుగా, ఈ పద్ధతి మనకి చివరి జవాబుని అత్యంత వేగంగా, కేవలం ఒక్క వాక్యంలో ఇస్తుంది.

ఇంకో ఉదాహరణ చూద్దాం.

```
      7 6
×     4 3
-----------
 32 : 6 : 8
      4   1
```

దశలు

- **దశ (ఎ)** : కుడిపక్క చివర ఉన్న అంకెలను, 6ని 3తో హెచ్చవేస్తే వస్తుంది 18. మనం 8 రాసి, 1ని తీసుకువెళ్ళే అంకెగా ఎడమపక్క చూపిస్తాం.

- **దశ (బి)** : క్రాస్ మల్టిప్లికేషన్ అంటే అటుది ఇటూ, ఇటుది అటూ హెచ్చవేస్తాం. అంటే 7ని 3తో, 8ని 5తో హెచ్చవేస్తే, వస్తాయి జవాబులు వరుసగా 21,24. ఆ రెండింటిని కూడితే వస్తుంది 45. తీసుకొచ్చిన అంకె 1 కలిపితే, వస్తుంది **46.** 6 వ్రాసి, 4ని తీసుకువెళ్ళే అంకెగా ఎడమపక్క చూపిస్తాం.
- **దశ (సి)** :ఎడమపక్క చివర ఉన్న అంకెలను, 7ని 4తో హెచ్చవేస్తే వస్తుంది 28. తీసుకువచ్చిన 4ని కలిపితే, వస్తుంది **32.**

20. 2 - అంకెల క్రాస్ మల్టిప్లికేషన్ (అటూ-ఇటూ హెచ్చవేతలు)

ఉదాహరణలు

వరుస క్రమం	అభ్యాసం	జవాబు
1.	24×83	1992
2.	42×54	2268
3.	66×86	5676
4.	27×78	2106
5.	870×45	39150
6.	4.8×0.54	2.592
7.	33×0.0065	0.2145
8.	74×0.89	65.86
9.	97×38	3686
10.	44×620	27280
11.	38×4300	163400
12.	2.8×3.5	9.8
13.	4.8×5.3	25.44
14.	6.8×7.2	48.96
15.	73×8.5	620.5
16.	980×3.4	3332
17.	0.0088×0.036	0.0003168
18.	4.6×0.0033	0.01518
19.	53000×620	32860000
20.	0.081×3.2	0.2592

దృష్టాంతం 2 : 3 అంకెల గుణకారం

ఇప్పుడు రెండు 3 అంకెల సంఖ్యని పరిగణలోకి తీసుకుందాం.

```
        3 2 6
  ×     2 5 8
  -----------
    6 5 2 0 0
  + 1 6 3 0 0
  +   2 6 0 8
  -----------
    8 4 1 0 8
```

వేదగణిత పద్ధతిలో ఎ,బి,సి,డి,ఇ అనే ఐదు దశలలో లెక్కకట్టాలి, ఈ క్రింది బొమ్మలో చూపినట్టుగా

(ఇ) (డి) (సి) (బి) (ఎ)

ఇంతకు ముందు దృష్టాంతంలో వివరించిన పద్ధతి ఉపయోగిద్దాం. అంటే తీసుకువెళ్ళాల్సిన అంకెని, సంఖ్యకి ఎడమపక్క రాస్తాం ఒక్కొక్క దశలోనూ.

దశలు :

- **దశ (ఎ)** : కుడిపక్క చివర ఉన్న అంకెలను, 6ని 8తో హెచ్చవేస్తే వస్తుంది **48**. మనం 8 రాసి, 4ని తీసుకెళ్ళే అంకెగా ఎడమపక్క చూపిస్తాం.
- **దశ (బి)** : 2- అంకెలను క్రాస్ మల్టిప్లికేషన్ అంటే అటుది ఇటూ, ఇటుది అటూ హెచ్చవేస్తాం. అంటే 2ని 8తో (16), 6ని 5తో (30) హెచ్చవేస్తాం.
    - వచ్చిన లబ్ధాలు 16ని 30తో కూడితే వస్తుంది 46.
    - తీసుకు వచ్చిన అంకె 4 కూడితే వస్తుంది **50**.
    - 0 రాసి, తీసుకువెళ్ళే అంకెగా చూపిస్తాం 5.
- **దశ (సి)** : 3- అంకెలను అటుది ఇటూ, ఇటుది అటూ హెచ్చవేస్తాం. అంటే 3ని 8తో (24), 6ని 2తో (12) 2ని 5తో (10) హెచ్చవేస్తాం.

- వచ్చిన మూడు లబ్ధాలు 24,12,10, కూడితే వస్తుంది 46.
- తీసుకువచ్చిన అంకె 5ని కూడితే వస్తుంది **51**
- 1 రాసి, తీసుకువెళ్ళే అంకెగా చూపిస్తాం 5.

- **దశ (డి)** : 2- అంకెలని అటూ, ఇటూ హెచ్చవేస్తాం. అంటే 3ని 5తో (15), 2ని 2తో (4) హెచ్చవేస్తాం.
  - వచ్చిన జవాబులు 15ని 4తో కూడితే వస్తుంది 19
  - తీసుకువచ్చిన అంకె 5ని కూడితే వస్తుంది **24**.
  - 4 రాసి, తీసుకువెళ్ళే అంకెగా చూపిస్తాం 2.
- **దశ (ఇ)**: ఎడమపక్క చివరఉన్న అంకెలను, 3ని 2తో హెచ్చవేస్తే, వస్తుంది 6.

తీసుకువచ్చిన అంకె 2 కూడితే వస్తుంది **8**

చివరగా, ఈ గుణకారం ఇలా కనబడుతుంది.

```
        3  2  6
  ________________
×       2  5  8

8 : 4 : 1 : 0 : 8

   2    5    5    4
```

ఇంకో ఉదాహరణ చూద్దాం. దాన్ని ఇలా లెక్కవేస్తాము.

```
        4  5  3
  ________________
×       6  2  1

28 : 1 : 3 : 1 : 3

    4    3    1
```

దృష్టాంతం 3 : 3 - అంకెల సంఖ్యని 2- అంకెల సంఖ్యతో హెచ్చవేయటం.

3-అంకెల సంఖ్యని, 2-అంకెల సంఖ్యతో హెచ్చవేయాల్సి వస్తే, మనం 2-అంకెల సంఖ్యకి ఎడమపక్క సున్నా కలిపి 3-అంకెల సంఖ్యగా చేసుకోవచ్చు.

ఉదా: 354 × 45ని 354 × 045గా చేసి, పై పద్ధతిలో వాడవచ్చు.

21 : 3- అంకెల క్రాస్ మల్టిప్లికేషన్‌కి ఉదాహరణలు

వరుస క్రమం	అభ్యాసం	జవాబు
1.	752×303	227856
2.	189×215	40635
3.	32.5×43.6	1417
4.	1240×801	993240
5.	775×576	446400
6.	7120×41500	295480000
7.	0.633×8.22	5.20326
8.	42.3×536	22672.8
9.	7.18×23.3	167.294
10.	8.99×121	1087.79
11.	21300×1.45	30885
12.	0.0325×6.12	0.1989
13.	0.00312×0.235	0.0007332
14.	6.34×0.318	2.01612
15.	7.15×0.000323	0.00230945
16.	23100×3.14	72534
17.	802×316	253432
18.	910×861	783510
19.	452×0.00728	3.29056
20.	90500×0.623	56381.5

22. మరికొన్ని ఉదాహరణలు: 3-అంకెలు × 2- అంకెలు

వరుస క్రమం	అభ్యాసం	జవాబు
1.	81×233	18873
2.	720×29	20880
3.	121×25	3025
4.	42×32.2	1352.4
5.	175×0.35	61.25
6.	143×6.8	972.4
7.	16.8×0.67	11.256
8.	71×2.32	164.72
9.	625×0.016	10.00
10.	63×43.3	2727.9
11.	215×0.53	113.95
12.	86×163	14018
13.	1460×1.6	2336
14.	723×0.012	8.676
15.	340×0.126	42.84
16.	12500×0.54	6750
17.	332×0.0042	1.3944
18.	2180×5.8	12644
19.	253×4820	1219460
20.	784×21200	16620800

దృష్టాంతం 4 : 4 - అంకెల గుణకారం

ఇంతవరకూ వివరించిన పద్ధతులని నాలుగు అంకెల సంఖ్యలకి కూడా పెంచవచ్చు. ఈ క్రింద ఇచ్చిన బొమ్మని చూద్దాం.

ఎ)

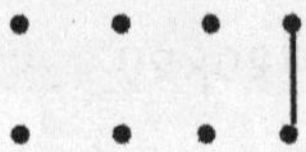

బి)

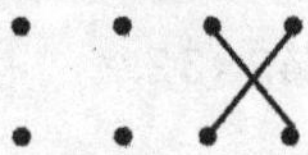

సి)

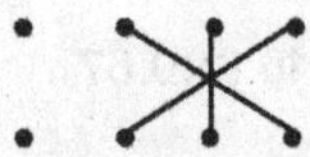

డి)

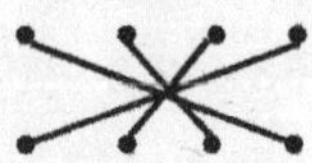

ఇ)

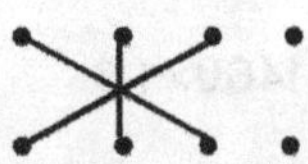

ఎఫ్)

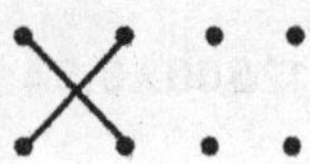

జి)

ఈ క్రింది ఉదాహరణని పరిగణలోనికి తీసుకుందాం.

		2	1	3	2	
×		4	2	5	6	
8	8	24	31	25	28	12
9	0	7	3	7	9	2
	1	2	3	2	2	1

చివరి జవాబు - 9073792

దశలు :

- **దశ (ఎ)** : కుడిపక్క చివర ఉన్న అంకెలను, 2ని 6తో హెచ్చువేస్తే వస్తుంది 12. మనం 2 రాసి, 1ని తీసుకువెళ్ళే అంకెగా ఎడమపక్క చూపిస్తాం.
- **దశ (బి)** : అంకెలను క్రాస్ మల్టిప్లికేషన్ అంటే అటుది ఇటూ, ఇటుది అటూ హెచ్చువేస్తాం. అంటే 3ని 6తో (18), 2ని 5తో (10) హెచ్చువేసి, వచ్చిన లబ్ధాలని కూడితే వస్తుంది 28. తీసుకువచ్చిన అంకె 1 కూడితే వస్తుంది 29. 9రాసి, తీసుకువెళ్ళే అంకెగా చూపిస్తాం 2.
- **దశ (సి)** : 3 అంకెలను అటుది ఇటూ, ఇటుది అటూ హెచ్చువేస్తాం. అంటే 1ని 6తో (6), 2ని 2తో (4), 3ని 5తో (15) హెచ్చువేసి, వచ్చిన లబ్ధాలని కూడితే వస్తుంది 25. తీసుకువచ్చిన అంకె 2 కూడితే వస్తుంది **27**. 7 రాసి, తీసుకువెళ్ళే అంకెగా చూపిస్తాం 2.
- **దశ (డి)** : 4 -అంకెలను అటుది ఇటూ, హెచ్చువేస్తాం. అంటే 2ని 6తో (12), 2ని 4తో, (8) 1ని 5తో(5), 3ని 2తో (6) హెచ్చువేసి, వచ్చిన లబ్ధాలని కూడితే వస్తుంది 31. తీసుకువచ్చిన అంకె 2 కూడితే వస్తుంది **33**. 3 రాసి, తీసుకువెళ్ళే అంకెగా చూపిస్తాం 3.
- **దశ (ఇ)** : 3- అంకెలని అటుది ఇటూ, ఇటుది అటూ హెచ్చువేస్తాం. అంటే 2ని 5తో (10), 3ని 4తో (12), 1ని 2తో (2) హెచ్చువేసి, వచ్చిన లబ్ధాలని కూడితే వస్తుంది 24. తీసుకువచ్చిన అంకె 3 కూడితే వస్తుంది **27**, 7 రాసి, తీసుకువెళ్ళే అంకెగా చూపిస్తాం 2.
- **దశ (ఎఫ్)** : 2- అంకెలని అటుది ఇటూ, ఇటుది అటూ హెచ్చువేస్తాం. అంటే 2ని 2తో (4), 1ని 4తో(4), వచ్చిన లబ్ధాలని కూడితే వస్తుంది 8. తీసుకువచ్చిన అంకె 2 కూడితే వస్తుంది **10**, 0 రాసి, తీసుకువెళ్ళే అంకెగా చూపిస్తాం 1.
- **దశ (జి)** : ఎడమపక్క చివర ఉన్న అంకెలను 2ని 4తో హెచ్చువేస్తే వస్తుంది 8. తీసుకువచ్చిన అంకె 1 కూడితే వస్తుంది **9**.

ఇంకో ఉదాహరణ చూద్దాం. దాన్ని ఇలా లెక్కవేయచ్చు

				5	4	5	3
×				3	6	2	1
15 :	42 :	49 :	52 :	32 :	11 :	3	
19	7	4	5	3	1	3	
	4	5	5	3	1		

చివరి జవాబు 19745313

దృష్టాంతం 5 : 4 - అంకెల సంఖ్యని 3 - అంకెల సంఖ్యతో హెచ్చవేత.

4- అంకెల సంఖ్యని, 3- అంకెల సంఖ్యతో హెచ్చవేయాల్సి వస్తే, మనం 3- అంకెల సంఖ్యకి ఎడమపక్క సున్నా కలిపి 4 - అంకెల సంఖ్యగా చేసుకోవచ్చు.

3542 × 453ని 3542 × 0453గా చేసి, పై పద్ధతి వాడవచ్చు.

23. 4- అంకెల, 5- అంకెల క్రాస్ మల్టిప్లికేషన్‌కి ఉదాహరణలు

వరుస క్రమం	అభ్యాసం	జవాబు
1.	3125×7218	22556250
2.	1284×4015	5155260
3.	2115×3004	6353460
4.	2222×3333	7405926
5.	1005×4128	4148640
6.	2010×314	631140
7.	28.14×7.135	200.7789
8.	13500×783	10570500
9.	21920×0.1342	2941.664
10.	3780×1992	7529760
11.	16654×2323	38687242
12.	43244×2419	104607236
13.	56032×0.5164	28934.9248
14.	12988×3.214	41743.432

15.	32176×2163	69596688
16.	2152×5213	11218376
17.	1020×4601	4693020
18.	39.42×1992	39104.64
19.	1651×32.09	52980.59
20.	4603×1876	8635228

24. 4-అంకెల, 5-అంకెల సంఖ్యలని 3- అంకెల సంఖ్యతో హెచ్చవేయటానికి ఉదాహరణలు

వరుస క్రమం	అభ్యాసం	జవాబు
1.	3125×721	2253125
2.	128×5012	641536
3.	2110×30.4	64144
4.	2432×444	1079808
5.	1876×4.12	7729.12
6.	2124×3.14	6669.36
7.	28.14×7.35	206.829
8.	13520×7.83	105861.6
9.	21920×0.134	2937.28
10.	37880×199	7538120
11.	34208×321	10980768
12.	5432×7.32	39762.24
13.	23098×356	8222888
14.	8743×12.9	112784.7
15.	2317×567	1313739
16.	12.4×2608	32339.20
17.	4015×213	855195
18.	2119×320	678080
19.	9.19×6013	55259.47
20.	3.514×0.154	0.541156

6 అధ్యాయం

భాగాహారం

భాగాహార ప్రక్రియ ప్రాధమికంగా గుణకారానికి వ్యతిరేక ప్రక్రియ. సాంప్రదాయ పద్ధతిలో ఇది చాలా నిదానంగా, విసుగుపుట్టించేటట్టుగా సాగే పద్ధతి. పైగా దీనికి చాలామటుకు ఊహించుకుంటూ పోవాలి. ప్రతి అడుగులోనూ, సరియైన భాగఫలము అంకెని ఊహించుకోవాలి, దాని తర్వాత దాన్ని విభాజకముతో హెచ్చవేయాలి. శేషాన్ని లెక్కకట్టాలి. శేషం గనుక ఋణాంక సంఖ్య అయితేనో, లేక విభాజకము యొక్క గుణిజాలుంటేనో, భాగఫలము అంకెని మళ్ళీ లెక్కకట్టాలి. విభాజకములో అంకెలు పెరిగినకొద్దీ, భాగాహారం తదనుగుణంగా నిదానమవుతూ వస్తుంది.

వేదగణితం చాలా అద్భుతమైన పద్ధతిని ఏర్పరచింది. అందులో భాగాహారం కేవలం ఒక్క అంకెతో జరుగుతుంది అనేక సంఖ్యలకి, కాదంటే 12,13 వగైరాల లాంటి రెండు చిన్న అంకెలతో జరుగుతుంది కొన్ని సంఖ్యలకి. ప్రతి అడుగులోనూ, 1- అంకె లేదా 2- అంకెల విభాజకముతో సాగిన భాగాహారం వెన్నంటి గుణకారం దాని తర్వాత తీసివేత ఉంటాయి. గుణకారం 'ఊర్ధ్వ తిర్యక్' పద్ధతి మీద ఆధారపడి సాగుతుంది.

వేదగణిత పద్ధతిని ఉపయోగించటం వల్ల ఎంత సమయం, ఎంత మానసిక వత్తిడి ఆదా అయిందో చూస్తే నిర్ఘాంతపోతారు.

87108ని 84 అనే 2-అంకెల విభాజకముతో భాగించే ఉదాహరణని పరిగణలోకి తీసుకుందాం. సాంప్రదాయ పద్ధతిని ఈ క్రింద చూడవచ్చు

```
84| 8 7 1 0 8 | 1037
   -8 4
   ---------
     3 1
   -   0
   ---------
     3 1 0
   - 2 5 2
   ---------
       5 8 8
     - 5 8 8
   ---------
           0
   ---------
```

ఒక్కొక్క అడుగులోనూ, మనం మనసులో ఒక భాగాహారం ప్రయత్నించి చూసుకుని, దాని తర్వాత ధనాంక విలువనో, సున్నానో శేషంగా ఇచ్చే భాగఫలాన్ని వేయాలి. ఇది చాలా నిదానంగా, విసుగు పుట్టించే తతంగం కాబట్టి, భాగాహారం ప్రక్రియలంటే ద్వేషిస్తారు. విభాజకములో అంకెలు పెరిగినకొద్దీ, ఈ తతంగం కూడా నిదానంగా సాగి, మరింత సమయాన్ని వృధా చేస్తుంది.

వేదగణిత పద్ధతిని ఎంత అద్భుతంగా మలిచారంటే, అందులో భాగాహారాన్ని ఒక్క అంకెతో చేసేటట్టుగా కుదించారు. ఇది ఈ తతంగం వేగాన్ని పెంచి, ఈ అనుభవాన్ని ఆనందింపచేస్తుంది.

దృష్టాంతం 1 : ఒక్క అంకె ఫ్లాగ్ ఉన్న సంఖ్యతో భాగాహారం (శేషం లేదు)

మళ్ళీ ఇదే ఉదాహరణని తీసుకుని వేదగణిత పద్ధతి ద్వారా భాగాహారం చేద్దాం.

87108ని 84తో భాగించండి.

విభాజకముని 84గా రాద్దాము. అందులో 4ని ఫ్లాగ్ అంటారు. (పైన పెట్టాము). భాగాహారం ఒక్క అంకెతో సాగుతుంది అంటే 8తో.

8 [4]	8	7	1	0	:	8
		0	3	7		2
		-4	-0	-12		-28
		3	*31*	*58*		*0*
	1	0	3	7	:	0

దశలు:

- కుడిపక్క నుంచి ఒక అంకె తర్వాత కోలన్ పెట్టండి (= ఫ్లాగ్‌లో ఉన్న అంకెల సంఖ్య)
- 8ని 8తో భాగిస్తే వస్తాయి భాగఫలము 1, శేషం 0
- శేషం 0ని తర్వాతి అంకె 7కి తీసుకువెళ్తే వస్తుంది **7 (పూర్ణ విభాజ్యం - గ్రాస్ డివిడెండ్, GD అంటారు)**
- భాగఫలము 1ని ఫ్లాగ్ 4తో హెచ్చవేస్తే వస్తుంది 4. దాన్ని 7 నుంచి తీసివేస్తే వస్తుంది **3 (నికర విభాజ్యం - నెట్ డివిడెండ్, ND అంటారు)**
- 3ని 8తో భాగిస్తే వస్తాయి భాగఫలము 0, శేషం 3.
- శేషం 3ని తర్వాతి అంకె 1కి తీసుకువెళ్తే వస్తుంది **31** (GD)
- భాగఫలము 0ని, ఫ్లాగ్ 4తో హెచ్చవేస్తే వస్తుంది 0. దాన్ని 31లోంచి తీసివేస్తే వస్తుంది **31** (ND)
- 31ని 8తో భాగిస్తే వస్తాయి భాగఫలము 3, శేషం 7.
- శేషం 7ని తర్వాతి అంకె 0కి తీసుకువెళ్తే వస్తుంది 70.
- భాగఫలము 3ని ఫ్లాగ్ 4తో హెచ్చవేస్తే వస్తుంది 12. దాన్ని 70లోంచి తీసివేస్తే వస్తుంది **58**.
- 58ని 8తో భాగిస్తే వస్తాయి భాగఫలము 7, శేషం 2.

- ఈ స్థాయిలో చివరి భాగఫలము యొక్క పూర్వ భాగం (ఇంటిజర్) వచ్చింది. ఎందుకంటే మనం కోలన్‌కి చేరుకున్నాము. ఇంక తక్కిన అంకెలన్నీ దశాంశ భాగంలోనివి అవుతాయి.
- శేషం 2ని తర్వాతి అంకె 8కి తీసుకువెళ్తే వస్తుంది **28**.
- భాగఫలము 7ని ఫ్లాగ్ 4తో హెచ్చవేస్తే వస్తుంది 28. దాన్ని 28లోంచి తీసివేస్తే వస్తుంది 0.
- ఇప్పుడు వ్యత్యాసం 0నే కాబట్టి, భాగాహారం పూర్తి అయింది. జవాబు వస్తుంది **1037.**

ముఖ్యమైన అంశాలు:

- ప్రతి దశలోనూ, ముందు వరుసలోని భాగఫలాన్ని ఫ్లాగ్ అంకెతో హెచ్చవేయటం వల్ల నెట్ డివిడెండ్ వస్తుంది.
- నెట్ డివిడెండ్ ఎప్పుడూ ధనాంక విలువే.
- ఏదైనా వరుసలో ఒకవేళ నెట్ డివిడెండ్ ఋణాంక విలువ వస్తే ఎలాంటి సర్దుబాట్లు చేయాలో ముందు, ముందు చూద్దాము.

రెండవ ఉదాహరణ

43409ని 83తో భాగించండి

3					
8	<u>43</u>	4	0	:	9
		3	3		0
		-15	-6		-9
		19	*24*		*0*
	5	2	3	:	0

దశలు:

- కుడిపక్కనుంచి ఒక అంకె తర్వాత కోలన్ పెట్టండి. (=ఫ్లాగ్‌లో ఉన్న అంకెల సంఖ్య)
- 43ని 8తో భాగిస్తే వస్తాయి భాగఫలము 5, శేషం 3

- శేషం 3ని తర్వాతి అంకె 4కి తీసుకువెళ్తే వస్తుంది **34**
- భాగఫలము 5ని ఫ్లాగ్ 3తో హెచ్చవేస్తే వస్తుంది 15. దాన్ని 34 నుంచి తీసివేస్తే వస్తుంది **19**
- 19ని 8తో భాగిస్తే వస్తాయి భాగఫలము 2, శేషం 3
- శేషం 3ని తర్వాతి అంకె 0కి తీసుకువెళ్తే వస్తుంది **30**
- భాగఫలము 2ని ఫ్లాగ్ 3తో హెచ్చవేస్తే వస్తుంది 6. దాన్ని 30 నుంచి తీసివేస్తే వస్తుంది **24**
- 24ని 8తో భాగిస్తే వస్తాయి భాగఫలము 3, శేషం 0
- శేషం 0ని తర్వాతి అంకె 9కి తీసుకువెళ్తే వస్తుంది **09**. ఈ దశలో చివరి భాగఫలముయొక్క పూర్ణ భాగం వచ్చింది. ఎందుకంటే మనం కోలన్‌కి చేరుకున్నాము. ఇంక తక్కిన అంకెలన్నీ దశాంశ భాగంలోనివి అవుతాయి.
- భాగఫలము 3ని ఫ్లాగ్ 3తో హెచ్చవేస్తే వస్తుంది 9. దాన్ని 9తో తీసివేస్తే వస్తుంది 0.
- ఇప్పుడు వ్యత్యాసం 0 కాబట్టి, భాగహారం పూర్తి అయ్యింది. జవాబు వస్తుంది **523**.

ప్రయత్నించండి ఎ) 43412/83 బి) 43403/73

దృష్టాంతం 2 : ఒక్క అంకె ఫ్లాగ్ ఉన్న సంఖ్యతో భాగాహారం (శేషంతోపాటు)

26382ని 77తో భాగించే విధానాన్ని పరిగణలోనికి తీసుకుందాం.

7								
7	<u>26</u>	3	8	:	2	0	0	0
		5	4		6	6	4	5
		-21	-28		-14	-42	-14	-21
		32	*20*		*48*	*18*	*26*	*29*
	3	4	2	:	6	2	3	

భాగఫలము 342, శేషం 48. అది కోలన్ పక్కనే ఉన్న వరుసలో కనబడుతుంది. దశాంశ బిందువుతో వచ్చే చివరి జవాబు 342.623

దశలు :

- పైన వివరించిన పద్ధతిలో దశల వారీగా చేసుకుంటూ పోతాము కోలన్ తర్వాతి వరుసలో శేషం **48** వచ్చే వరకూ. మనకి జవాబు దశాంశ రూపంలో కావాలంటే, ఇదే పద్ధతిలో ఇంకా కొనసాగించాలి భాగాహారాన్ని.
- 48ని 7తో భాగిస్తే వస్తాయి భాగఫలము 6, శేషం 6
- ఇప్పుడు విభాజ్యంకి సున్నా కలిపి, దానికి ఎడమపక్క శేషాన్ని రాస్తే వస్తుంది తర్వాతి సంఖ్య **60**
- భాగఫలము 6ని ఫ్లాగ్ 7తో హెచ్చవేస్తే వస్తుంది 42. దాన్ని 60నుంచి తీసివేస్తే వస్తుంది **18**
- 18ని 7తో భాగిస్తే వస్తాయి భాగఫలము 2, శేషం 4
- శేషం 4ని తర్వాతి అంకె (అంతకుముందులాగే కలిపిన) 0కి తీసుకువెళితే వస్తుంది **40**
- భాగఫలము 2ని ఫ్లాగ్ 7తో హెచ్చవేస్తే వస్తుంది 14. దాన్ని 40 నుంచి తీసివేస్తే వస్తుంది **26**
- 26ని 7తో హెచ్చవేస్తే వస్తాయి భాగఫలము 3, శేషం 5
- ఈ తతంగాన్ని ఎన్ని అంకెల ఖచ్చితమైన జవాబు వరకు కావాలంటే అంతవరకూ చేసుకుంటూ పోవచ్చు.

దృష్టాంతం 3 : సర్దుబాట్లతో కూడిన భాగాహారం

25382ని 77తో భాగించే విధానాన్ని పరిగణలోకి తీసుకుందాం.

7							
7	<u>25</u>	3	8 :	2	0	0	0
		4	8	11	7	7	7
		-21	-14	-63	-42	-21	-42
		22	*74*	*49*	*28*	*49*	*28*
	3	2	9 :	6	3	6	3

దశలు :

- కుడిపక్క నుంచి 25 అంకె తర్వాత కోలన్ పెట్టండి. (=ఫ్లాగ్‌లో ఉన్న అంకెల సంఖ్య)
- 25ని 7తో భాగిస్తే, వస్తాయి భాగఫలము 3, శేషం 4
- శేషం 4ని తర్వాతి అంకె 3కి తీసుకువెళ్తే వస్తుంది **43** (GD)
- భాగఫలము 3ని ఫ్లాగ్ 7తో హెచ్చవేస్తే వస్తుంది 21. దాన్ని 43 నుంచి తీసివేస్తే వస్తుంది **22** (ND)
- 22ని 7తో భాగిస్తే వస్తాయి భాగఫలము 3, శేషం1
- శేషం 1ని తర్వాతి అంకె 8కి తీసుకువెళ్తే వస్తుంది **18**(GD)
- భాగఫలము 3ని ఫ్లాగ్ 7తో హెచ్చవేస్తే వస్తుంది 21. దాన్ని 18 నుంచి తీసివేస్తే వస్తుంది -3 (ND)
- ఇప్పుడు మనం ఇరకాటంలో పడ్డాం. 'నెట్ డివిడెండ్'కి రుణాంక విలువ వచ్చింది. ఇలా అయితే ముందుకు సాగలేం. అలాంటప్పుడు ఒక సర్దుబాటు చేయాల్సి ఉంటుంది.
- మనం ఒక అడుగు వెనక్కి వేద్దాం. 22ని 7తో భాగించినప్పుడు భాగఫలము 3 వచ్చింది కదా. ఆ భాగఫలాన్ని 3 బదులు 2 రాసి, 8 అనే పెద్ద శేషాన్ని తీసుకువెళ్దాం అంటే (22-7 * 2)

- శేషం 8ని తర్వాతి అంకె 8కి తీసుకువెళ్తే వస్తుంది **88** (GD)
- భాగఫలము 2ని ఫ్లాగ్ 7తో హెచ్చవేస్తే వస్తుంది 14. దాన్ని 88నుంచి తీసివేస్తే వస్తుంది **74** (ND). ఇది ఇప్పుడు ధనాంక విలువ.
- తక్కిన వరుసల్లో, ఈ తతంగాన్ని కొనసాగిస్తూ పొండి, నెట్ డివిడెండ్ రుణాంక విలువలకొచ్చినప్పుడల్లా సర్దుబాట్లు చేస్తూ.

చివరి జవాబు 329. దానికి శేషం 49. లేదా దశాంశ రూపంలో జవాబు 329.6363

దృష్టాంతం 4 : 2 అంకెల ఫ్లాగ్ ఉన్న సంఖ్యతో భాగాహారం

ఇప్పుడు 3 - అంకెల విభాజకముతో భాగాహారాన్ని పరిగణలోకి తీసుకుందాం. ఇందులో ఫ్లాగ్‌లో రెండు అంకెలు ఉంటాయి.

2329989ని 514తో భాగించే విధానాన్ని పరిగణనలోకి తీసుకుందాం.

14						
5	23	2	9	9 :	8	9
		3	3	3	1	3
		-4	-21	-23	-15	-12
		28	*18*	*16*	*3*	*27*
	4	5	3	3 :	0	5

దశలు:

- కుడిపక్కనుంచి రెండు అంకెల తర్వాత కోలన్ పెట్టండి ఇప్పుడు ఫ్లాగ్‌లో మనకి రెండు అంకెలు ఉన్నాయి కాబట్టి
- 23ని 5తో భాగిస్తే వస్తాయి భాగఫలము 4, శేషం 3.
- శేషం 3ని తర్వాతి అంకె 2కి తీసుకువెళ్తే వస్తుంది **32** (GD)
- ఇప్పుడు ఫ్లాగ్‌లో రెండు అంకెలు ఉన్నాయి కాబట్టి, అంతకుముందు రెండు వరుసలలోంచి రెండు భాగఫలము అంకెలని తీసుకుని, వాటిని ఫ్లాగ్‌లో

ఉన్న రెండు అంకెలతో క్రాస్ మల్టిప్లికేషన్ చేస్తాము. అప్పుడు వచ్చిన జవాబుని గ్రాస్ డివిడెండ్ (GD) నుంచి తీసివేస్తే వస్తుంది నెట్ డివిడెండ్ (ND)

- భాగఫలము 4లో ఒకటే అంకె ఉంది కాబట్టి, దానికి ఎడమపక్క సున్నా కలిపి రెండు అంకెల సంఖ్య చేసి, భాగఫలము 04ని ఫ్లాగ్ 14తో ఈ క్రింది విధముగా హెచ్చవేస్తాము.

ఎ) 1 4

బి) 0 4

$4 \times 0 + 1 \times 4 = 4$

- 4ని GD 32నుంచి తీసివేస్తే వస్తుంది **28** (ND)
- 28ని 5 చే భాగిస్తే భాగఫలము 5 శేషం 3
- శేషం 3ని తర్వాతి అంకె 9కి తీసుకువెళ్తే వస్తుంది **39** (GD)
- ఇప్పుడు, అంతకు ముందు రెండు భాగఫలము అంకెలు 4,5. వాటిని ఫ్లాగ్ 14తో ఈ క్రింది విధంగా హెచ్చవేస్తాము.

ఎ) 1 4

బి) 4 5

$1 \times 5 + 4 \times 4 = 21$

21ని GD 39నుంచి తీసివేస్తే వస్తుంది 18 (ND)

- ఇదే తతంగాన్ని తక్కిన వరుసలకి కొనసాగించండి.

దృష్టాంతం 5 : 3 అంకెల ఫ్లాగ్ ఉన్న సంఖ్యతో భాగాహారం.

ఇప్పుడు 4 అంకెల విభాజకముతో భాగాహారాన్ని పరిగణలోకి తీసుకుందాం. ఇందులో ఫ్లాగ్‌లో మూడు అంకెలు ఉంటాయి.

6851235ని 6524తో భాగించే విధానాన్ని పరిగణలోకి తీసుకుందాం.

524								
6	6	8	5	1 :	2	3	5
		0	3	3	2	6	8
		-5	-2	-29	-10	-25	
		3	*33*	*2*	*12*	*38*	
	1	0	5	0 :	1	5	

దశలు :

- కుడిపక్కనుంచి మూడు అంకెల తర్వాత కోలన్ పెట్టండి ఇప్పుడు ఫ్లాగ్‌లో మనకి మూడు అంకెలు ఉన్నాయి కాబట్టి
- 6ని 6తో భాగిస్తే వస్తాయి భాగఫలము 1, శేషం 0.
- శేషం 0ని తర్వాతి అంకె 8కి తీసుకువెళ్తే వస్తుంది **08** (GD)
- ఇప్పుడు ఫ్లాగ్‌లో మూడు అంకెలు ఉన్నాయి కాబట్టి, అంతకుముందు మూడు వరుసలలోంచి మూడు భాగఫలము అంకెలను తీసుకుని, వాటిని ఫ్లాగ్‌లో ఉన్న మూడు అంకెలతో క్రాస్ మల్టిప్లికేషన్ చేస్తాము. అప్పుడు వచ్చిన జవాబుని గ్రాస్ డివిడెండ్ (GD) నుంచి తీసివేస్తే వస్తుంది నెట్ డివిడెండ్(ND)
- భాగఫలము 1లో ఒకటే అంకె ఉంది కాబట్టి, దానికి ఎడమపక్క రెండు సున్నాలు కలిపి మూడు అంకెల సంఖ్య చేసి, భాగఫలము 001ని ఫ్లాగ్ 524తో ఈ క్రింది విధంగా హెచ్చవేస్తాము.

  ఎ) 5 2 4

  బి) 0 0 1

  $$4 \times 0 + 5 \times 1 + 2 \times 0 = 5$$

  5ని GD 8నుంచి తీసివేస్తే వస్తుంది **3** (ND)

- 3ని 6తో భాగిస్తే వస్తాయి భాగఫలము 0, శేషం 3.

- శేషం 3ని తర్వాతి అంకె 5కి తీసుకువెళ్తే వస్తుంది **35** (GD)
- ఇప్పుడు అంతకుముందు రెండు భాగఫలము అంకెలు 1,0. వాటికి ఇంకో సున్నా కలిపి, ఫ్లాగ్ 524తో ఈ క్రింది విధంగా హెచ్చువేస్తాము.

ఎ) 5 2 4

0 1 0

4 × 0 + 5 × 0 + 2 × 1 = 2

2ని GD 35 నుంచి తీసివేస్తే వస్తుంది **33** (ND)

- 33ని 6తో భాగిస్తే వస్తాయి భాగఫలము 5, శేషం 3.
- శేషం 3ని తర్వాతి అంకె1కి తీసుకువెళ్తే వస్తుంది **31** (GD)
- ఇప్పుడు అంతకుముందు మూడు భాగఫలము అంకెలు 1,0,5. వాటిని ఫ్లాగ్ 524తో ఈ క్రింది విధంగా హెచ్చువేస్తాము.

ఎ) 5 2 4

బి) 1 0 5

4 × 1 + 5 × 5 + 2 × 0 = 29

29ని GD 31నుంచి తీసివేస్తే వస్తుంది 2 (ND)

- తక్కిన వరుసలకి ఈ తతంగాన్ని కొనసాగించండి.

25. భాగహారానికి ఉదాహరణలు - 1 అంకె ఫ్లాగ్

వరుస క్రమం	అభ్యాసం	జవాబు
1.	459/83	5.5301
2.	6768/74	91.4594
3.	2926/55	53.2
4.	6481/43	150.7209

5.	4974/62	80.2258
6.	543/76	7.1447
7.	2176/43	50.604651
8.	5768/54	106.81481
9.	7250/49	147.9591
10.	9234/52	177.5769
11.	4852/68	71.3529
12.	8755/83	105.481
13.	1277/48	26.6041
14.	3759/25	150.36
15.	54225/46	1178.8043
16.	49893/39	1279.3076
17.	626/77	8.1298
18.	92943/62	1499.0806
19.	59662/880	67.7977
20.	52425/56	936.16071

26. భాగహారానికి ఉదాహరణలు - 2 అంకెల ఫ్లాగ్

వరుస క్రమం	అభ్యాసం	జవాబు
1.	49492/572	86.52447
2.	99210/495	200.42424
3.	85720/734	116.78474
4.	59592/422	141.21327
5.	76255/942	80.95010
6.	88770/542	163.78228
7.	65667/349	188.15759
8.	33995/662	51.35196
9.	75423/550	137.13272
10.	66990/339	197.61061
11.	85852/458	187.44978
12.	57599/399	144.35839

13.	98544/624	157.92307
14.	39256/199	197.26633
15.	68825/525	131.09523
16.	36395/636	57.224842
17.	94850/540	175.64814
18.	67822/426	159.20657
19.	64655/348	185.79022
20.	59435/459	129.48801

27. భాగాహారానికి ఉదాహరణలు 3-అంకెల ఫ్లాగ్

వరుస క్రమం	అభ్యాసం	జవాబు
1.	3986549/3524	1131.25681
2.	740219/2531	292.46108
3.	18352/3213	5.711795
4.	129221/2142	60.32726
5.	182.321/2412	0.0755891
6.	8.53415/4.124	2.069386
7.	621356/1521	408.51808
8.	628851/5221	120.44646
9.	35.9361/3.521	10.206219
10.	5.46781/3.124	1.750259
11.	72231/2331	30.98712
12.	68.52315/6542	0.010474
13.	674255/3452	195.32300
14.	7.34652/2.431	3.022015
15.	10362/3123	3.317963
16.	730219/2532	288.39612
17.	176.521/1524	0.1158274
18.	15396/3126	4.9251439
19.	54612/2414	22.623032
20.	67543/3425	19.720583

తేలికపాటి వర్గాలు అధ్యాయం 7

ఈ అధ్యాయంలో మనం రెండు తేలికైన కిటుకులని చూద్దాం. మొదటి దాంట్లో, 5తో ముగిసే సంఖ్యయొక్క వర్గాన్ని ఎలా కనుక్కోవాలో నేర్చుకుందాం. రెండో దాంట్లో, రెండు సంఖ్యల మొదటి అంకెలు ఒకటే ఉండి, ఆఖరి అంకెలని కూడితే 10 వచ్చే సంఖ్యల ఉదా: 33,37ల లబ్ధాన్ని ఎలా కనుక్కోవాలో చూద్దాం.

దృష్టాంతం 1 : 5తో ముగిసే సంఖ్యలు

35 వర్గాన్ని పరిగణలోకి తీసుకుందాం. దీని పద్ధతి చాలా తేలిక. ఇందులో రెండే దశలున్నాయి.

దశలు :

- మొదటి సంఖ్యని అంటే 3ని దాని తర్వాతి సంఖ్యతో హెచ్చవేయండి. అంటే 3ని 4తో హెచ్చవేస్తే వచ్చిన జవాబు 12.
- తర్వాత రెండవ అంకెని అంటే 5ని దానితోనే హెచ్చవేస్తే వస్తుంది 25. దీన్ని ముందు దశలో వచ్చిన జవాబు చివర చేర్చండి.

  చివరి జవాబు 1225.

ఉదాహరణ 1:

లెక్కకట్టండి 65^2

దశ 1 : 6×7 = 42

దశ 2 : 5×5=25

చివరి జవాబు 4225

ఉదాహరణ 2 :

లెక్కకడదాం 125^2

దశ 1 : 12×13 = 156

దశ 2 : 5 × 5 = 25

చివరి జవాబు 15625.

12×13ల లబ్ధాన్ని ముందు చెప్పినట్టుగా నిఖిలం పద్ధతిలో పొందవచ్చు.

12 +2

13 +3

15/6 = 156

28. 5తో ముగిసే సంఖ్యల వర్గాలకి ఉదాహరణలు

వరుస క్రమం	అభ్యాసం	జవాబు
1.	45^2	2025
2.	165^2	27225
3.	85^2	7225
4.	95^2	9025
5.	6.5^2	42.25
6.	0.75^2	0.5625
7.	55×5500	302500
8.	85×0.0085	0.7225
9.	0.035×3.5	0.1225

10.	9.85^2	97.0225
11.	1.75^2	3.0625
12.	22.35×2.235	49.95225
13.	9925^2	98505625
14.	18.5^2	342.25
15.	19.5^2	380.25
16.	625^2	390625
17.	14.5^2	210.25
18.	11.35^2	128.8225
19.	100.5^2	10100.25
20.	0.0115^2	0.00013225

దృష్టాంతం 2 : ఒకటే అంకెతో మొదలయి, చివరి అంకెలని కూడితే 10 వచ్చే రెండు సంఖ్యలు

పరిగణలోకి తీసుకుందాం 23×27

ఇప్పుడు 23×27= 621

5తో ముగిసే సంఖ్యలకి వర్గాలని కనుగొనటానికి వాడిన పద్ధతినే ఉపయోగించి లబ్ధాన్ని పొందవచ్చు.

దశలు :

- రెండు సంఖ్యలూ ఒకటే అంకెతో మొదలవుతాయి కాబట్టి, దాన్ని (అంటే 2ని) దాని తర్వాతి అంకె (అంటే 3తో) హెచ్చవేస్తే వస్తుంది 6.
- ఇప్పుడు రెండు సంఖ్యల ఆఖరి అంకెలని హెచ్చవేయండి. అంటే 3×7 చేస్తే వస్తుంది 21.

రెండు జవాబులని జతపరిస్తే వస్తుంది చివరి జవాబు. అంటే '6'+'21' = **621**

ఉదాహరణ - 1

లెక్కకట్టండి 84×86

ఈ విధంగా పొందవచ్చు జవాబుని

దశ 1 : 8×9 = 72 (మొదటి అంకె '8'ని దాని తర్వాత అంకె '9'తో హెచ్చువేయబడింది)

దశ 2 : 4×6= 24 (ఒక్కొక్క సంఖ్యలోని చివరి అంకెల లబ్ధం)చివరి జవాబు **7224**

ఉదాహరణ- 2

లెక్క కట్టండి 92×0.98

ఈ విధంగా పొందవచ్చు జవాబుని

దశ 1 : 9×10 = 90

దశ 2 : 2×8 = 16

మధ్య దశలో వచ్చిన జవాబు 90.16

ఇప్పుడు కుడిపక్క నుంచి రెండు అంకెల తర్వాత దశాంశ బిందువుని పెడితే వస్తుంది చివరి జవాబు **90.16**

ముఖ్యమైన విషయం :

ఇదే పద్ధతిని పెద్ద సంఖ్యలకి కూడా వాడవచ్చు. ఉదా : 318×312 లేదా 1236×1234. వీటిలో చివరి అంకెలు కూడితే పది వస్తుంది, తక్కిన అంకెలు ఒకటే.

29. చివరి అంకెలు కూడితే 10 వచ్చే సంఖ్యల లబ్ధానికి ఉదాహరణలు

వరుస క్రమం	అభ్యాసం	జవాబు
1.	26×24	624
2.	33×37	1221
3.	81×89	7209
4.	93×97	9021
5.	48×42	2016
6.	5.6×5.4	30.24
7.	0.69×6.1	4.209

8.	9.3×0.0097	0.09021
9.	0.71×0.79	0.5609
10.	0.82×880	721.6
11.	1.1×19	20.9
12.	0.12×0.0018	0.000216
13.	430×0.47	202.1
14.	117×11.3	1322.1
15.	72×7800	561600
16.	8.7×83	722.1
17.	71×79	5609
18.	340×36	12240
19.	9.4×0.96	9.024
20.	88×0.82	72.16

ఏదైనా సంఖ్యకి వర్గం

అధ్యాయం 8

ఎన్నో లెఖ్ఖల్లో మనం ఒక సంఖ్యకి వర్గం లెక్కకట్టాల్సి వస్తూంటుంది. వర్గం అంటే ఒక సంఖ్యని దానితోనే హెచ్చువేయటం.ఉదాహరణకి 382, 2.3672 వగైరాల వర్గాలు

ఎంత పెద్ద సంఖ్య అయినా సరే దానికి వర్గాన్ని అతి తేలిగ్గా లెక్కకట్టి, ఒక్క వాక్యంలో జవాబు వచ్చేలా చేసే శక్తివంతమైన పద్ధతి ఉంది వేదగణితంలో. ఇది 'ద్వంద్వ' లేదా డ్యూప్లెక్స్ సిద్ధాంతాన్ని ఉపయోగిస్తుంది. ఈ అధ్యాయంలో దాని వివరణ చూద్దాం.

ముందుగా మనం కొన్ని ప్రాథమిక నిర్వచనాలతో మొదలుపెడదాం. ఈ పద్ధతులకి అవి సోపానాలన్నమాట.

1. నిర్వచనం : ద్వంద్వ లేదా డ్యూప్లెక్స్

'ద్వంద్వ' లేదా డ్యూప్లెక్స్ అనే పదాన్ని మనం 'D'తో సూచిద్దాం.

ఎ) ఒక ఒంటరి అంకె డ్యూప్లెక్స్‌ని ఇలా నిర్వచిస్తారు.

$D(a) = a^2$

$D(3) = 3^2 = 9$

$D(6) = 6^2 = 36$ వగైరా

బి) రెండు అంకెల డ్యూప్లెక్స్‌ని ఇలా నిర్వచిస్తారు.

D(ab) = 2 *a*b

D(37) = 2* 3* 7 = 42

D(41) = 2*4* 1 =8

D(20) = 0

సి) 3- అంకెల డ్యూప్లెక్స్‌ని ఇలా నిర్వచిస్తారు.

D(abc) = $2*a*c+b^2$

పైన నిర్వచించినట్టుగా D(a) మరియు D(ab)ని ఉపయోగించి, దీన్ని పూరించవచ్చు.

రెండు చివర్ల ఉన్న అంకెలని తీసుకుంటాం. అంటే 'a', 'c'లని తీసుకుని, దాని డ్యూప్లెక్స్‌ని 2* a* c గా లెక్కకట్టాము.

తర్వాత లోపలికి జరిగి, మిగిలిన అంకె 'b'ని ఏరుతాము.

b డ్యూప్లెక్స్‌ని దానికి కూడుతాం. అంటే b^2 ని కలిపితే వస్తుంది 3 -అంకెలు 'a', 'b', 'c'ల డ్యూప్లెక్స్‌ని పొందటానికి.

ఆ విధంగా D(346) = $2 * 3 * 6 + 4^2$

= 36+16=52

D(130) = $2 * 1 * 0 + 3^2 = 9$

D(107) = $2 * 1 * 7 + 0^2 = 14$

డి) 4 - అంకెల డ్యూప్లెక్స్‌లను ఇలా నిర్వచిస్తారు.

D(abcd) = = 2*a*d +2*b*c = 2(a*d + b*c)

మళ్ళీ ఒకసారి మనం రెండు అంకెలు 'a', 'd' లతో మొదలెట్టి, వాటి డ్యూప్లెక్స్‌ని లెక్కకట్టాం 2*a*d గా, తర్వాత లోపలికి జరిగి, ఇంకో జత 'b', 'c'లని ఏరి, వాటి డ్యూప్లెక్స్‌ని లెక్కకట్టాం 2*a*b గా.

ఆ విధంగా చివరి డ్యూప్లెక్స్ 2*a*d + 2*b*c

D(2315) = (2*2*5) + (2*3*1)

= 20 + 6 = 26

D (3102) = (2*3*2) + (2*1*0)

= 12 + 0 = 12

D (5100) = (2*5*0) + (2*1*0)

= 0

ఇ) ఐదు అంకెల డ్యూప్లెక్స్‌లను ఇలా నిర్వచిస్తారు.

$D(a\,b\,c\,d\,e) = 2\,a\,e + 2\,b\,d + c^2$

$D(21354) = (2 \times 2 \times 4) + (2 \times 1 \times 5) + 3^2$

$= 16 + 10 + 9 = 35$

$D\,(31015) = (2 \times 3 \times 5) + (2 \times 1 \times 1) + 0^2$

$= 30 + 2 + 0 = 32$

డ్యూప్లెక్స్‌ని లెక్కకట్టే సారాంశం

ఇచ్చిన డ్యూప్లెక్స్	కావాల్సిన నిర్వచనం
D(a)	a^2
D(ab)	2ab
D(abc)	$2ac+b^2$
D(abcd)	2(ad + bc)
D(abcde)	$2(ae + bd)+c^2$

30. ఈ క్రింది సంఖ్యల డ్యూప్లెక్స్‌లని లెక్కకట్టండి.

వరుసక్రమం	రకం	అభ్యాసం	జవాబు
1.	2-అంకెల సంఖ్యలు	34,47,23,10 70	24,56,12,0, 0
2.	3-అంకెల సంఖ్యలు	132,102,120, 151,100	13,4,4,27,0
3.	4-అంకెల సంఖ్యలు	1324,2114,2405, 2001,2000	20,18,20,4, 0
4.	5-అంకెల సంఖ్యలు	32513,30725 32025, 30035, 30005, 30125, 40100,41111	47,79,38,30 30,31,1,11

II. ఏదైనా సంఖ్య వర్గం

'డ్యూప్లెక్స్' సిద్ధాంతం మనకి స్పష్టమయ్యాక, ఏ సంఖ్యకన్నా వర్గం కనుక్కోవటం చాలా తేలిక. 2 అంకెల సంఖ్యకి వర్గం కనుక్కోవటంతో మొదలెట్టి, తర్వాత పెద్ద సంఖ్యలకి పెంచుకుంటూ పోదాం.

2-అంకెల సంఖ్య వర్గాన్ని ఇలా నిర్వచించారు.

$$(ab)^2 = D\ a/D\ (a\ b)/\ D\ (\ b)$$

34 వర్గాన్ని పరిగణలోకి తీసుకుందాం.

అప్పుడు $34^2 = D(3)/D(34)/D(4)$

అంటే $D(3) = 9$, $D(34) = 24$, $D(4) = 16$

అందువల్ల, $34^2 = 9/24/16$

ఇప్పుడు, కుడిపక్క నుంచి ఎడమపక్కకి వెనక్కి వెళతాము. ఒక్కొక్క స్థానంలోనూ ఒక్క అంకెనే ఉంచి, రెండో అంకెని ఎడమపక్కకి తీసుకువెళ్ళాలి. ఈ విధంగా వస్తుంది ఒక్కొక్క దశ.

$34^2 = 9/24/16$

= 9 / 25 /6.... 6 ఉంచి 1ని ఎడమపక్కకి తీసుకెళ్తే వస్తుంది 25.

= 11 / 5/ 6.... 5 ఉంచి 2ని ఎడమపక్కకి తీసుకెళ్తే వస్తుంది 11.

అంటే చివరి జవాబు 1156

అలాగే $82^2 = 64\ /\ 32\ /\ 4$

$= 6724$

ఇదే పద్ధతిని ఇప్పుడు 3-అంకెల సంఖ్యకి ఈ విధంగా పెంచవచ్చు.

$$(abc)^2 = Da\ /\ D(ab\ /\ D(abc)\ /\ D(bc)\ /\ D(c)$$

అలా $213^2 = 4\ /\ 4\ /\ 13\ /\ 6\ /\ 9$

$= 45369$

కేవలం డ్యూప్లెక్స్‌ల జతని పెంచుకుంటూ పోతే చాలా తేలిగ్గా ఏ సంఖ్యకైనా వర్గాన్ని కనుక్కోవచ్చు.

31. 2-అంకెల సంఖ్యల వర్గాలకి ఉదాహరణలు

వరుస క్రమం	సంఖ్య	వర్గం విలువ
1.	32	1024
2.	53	2809
3.	62	3844
4.	88	7744
5.	92	8464
6.	96	9216
7.	2.8	7.84
8.	9.4	88.36
9.	49	2401
10.	3.4	11.56
11.	0.53	0.2809
12.	0.066	0.004356
13.	58	3364
14.	77	5929
15.	0.0054	0.00002916
16.	59	3481
17.	0.67	0.4489
18.	87	7569
19.	0.43	0.1849
20.	0.64	0.4096

32. 3- అంకెల సంఖ్యల వర్గాలు

వరుసక్రమం	సంఖ్య	డ్యూప్లెక్స్ లెక్కకట్టటం	వర్గం విలువ
1.	212	4/4/9/4/4	44944
2.	315	9/6/31/10/25	99225
3.	239	4/12/45/54/81	57121

4.	227	4/8/32/28/49	51529
5.	515	25/10/51/10/25	265225
6.	733	49/42/51/18/9	537289
7.	779	49/98/175/126/81	606841
8.	649	36/48/124/72/81	421201
9.	23.1	4/12/13/6/1	533.61
10.	32.6	9/12/40/24/36	1062.76
11.	44.7	16/32/72/56/49	1998.09
12.	0.0731	49/42/23/6/1	0.00534361
13.	0.000232	4/12/17/12/4	0.000000053824
14.	0.00431	16/24/17/6/1	0.0000185761
15.	4.78	16/56/113/112/64	22.8484
16.	756	49/70/109/60/36	571536
17.	434	16/24/41/24/16	188356
18.	0.0672	36/84/63/28/4	0.00450584
19.	4.48	16/32/80/64/64	20.0704
20.	616	36/12/73/12/36	379456

33. 4 - అంకెల సంఖ్యల వర్గాలకి ఉదాహరణలు

వరుసక్రమం	సంఖ్య	డ్యూప్లెక్స్ లెక్కకట్టటం	వర్గం విలువ
1.	2103	4/4/1/12/6/0/9	4422609
2.	1333	1/6/15/24/27/18/9	1776889
3.	1231	1/4/10/14/13/6/1	1515361
4.	2419	4/16/20/44/73/18/81	5851561
5.	5706	25/70/49/60/84/0/36	32558436
6.	4213	16/16/12/28/13/6/9	17749369
7.	7939	49/126/123/180/171/54/81	63027721
8.	6677	36/72/120/168/133/98/49	44582329
9.	1.352	1/6/19/34/37/20/4	1.827904
10.	2.201	4/8/4/4/4/0/1	4.844401
11.	32.03	9/12/4/18/12/0/9	1025.9209
12.	0.2332	4/12/21/26/21/12/4	0.05438224
13.	3.014	9/0/6/24/1/8/16	9.084196

14.	0.03251	9/12/34/26/29/10/1	0.0010569001
15.	4.023	16/0/16/24/4/12/9	16.184529
16.	40.82	16/0/64/16/64/32/4	1666.2724
17.	1212	1/4/6/8/9/4/4	1468944
18.	41.13	16/8/9/26/7/6/9	1691.6769
19.	0.2321	4/12/17/16/10/4/1	0.05387041
20.	1246	1/4/12/28/40/48/36	1552516

34. 5- అంకెల సంఖ్యల వర్గాలకి ఉదాహరణలు

వరుస క్రమం	సంఖ్య	డ్యూప్లెక్స్ లెక్కకట్టటం	వర్గం విలువ
1.	32141	9/12/10/28/23/12/18/8/1	1033043881
2.	31243	9/6/13/28/30/22/28/24/9	976125049
3.	10543	1/0/10/8/31/40/46/24/9	111154849
4.	52143	25/20/14/44/47/20/22/24/9	2718892449
5.	61524	36/12/61/34/77/28/44/16/16	3785202576
6.	215.26	4/4/21/18/53/32/64/24/36	46336.8676
7.	239.21	4/12/45/62/97/42/22/4/1	57221.4241
8.	30981	9/0/54/48/87/144/82/16/1	959822361
9.	36.098	9/36/36/54/156/96/81/144/64	1303.065604
10.	63254	36/36/33/72/82/44/41/40/16	4001068516
11.	209.87	4/0/36/32/109/144/190/112/49	44045.4169
12.	12179	1/4/6/18/47/50/67/126/81	148328041
13.	153.67	1/10/31/42/83/106/78/84/49	23614.4689
14.	53206	25/30/29/12/64/36/24/0/36	2830878436
15.	33032	9/18/9/18/30/12/9/12/4	1091113024
16.	10612	1/0/12/2/40/12/5/4/4	112614544
17.	2.3121	4/12/13/14/17/10/6/4/1	5.34580641
18.	21.433	4/4/17/20/34/30/33/18/9	459.373489
19.	15369	1/10/31/42/87/126/90/108/81	236206161
20.	30797	9/0/42/54/91/126/179/126/49	948455209

ఒక సంఖ్య యొక్క వర్గమూలం

అధ్యాయం 9

ఇంతకు ముందు అధ్యాయంలో డ్యూప్లెక్స్ సిద్ధాంతం చూసాం. దాని ద్వారా ఏ సంఖ్యకైనా అతి వేగంగా వర్గాన్నెలా లెక్కకట్టవచ్చో తెలుసుకున్నాం.

వర్గమూలాన్ని లెక్కకట్టటానికి కూడా డ్యూప్లెక్స్ సిద్ధాంతాన్నే వాడతాము. కాకపోతే, ఇక్కడ వర్గమూలం పొందటానికి ప్రతి దశలోనూ తీసివేతలు చేస్తూ వస్తాము.

ఇప్పుడు మనం ఏదో ఒక సంఖ్యకి వర్గమూలం కనుక్కునే పద్ధతిని పరిశీలిద్దాం. ఆ సంఖ్య సంపూర్ణ వర్గం కావచ్చు, కాకపోవచ్చు. మొదటి మూడు సంఖ్యలూ సంపూర్ణ వర్గాలకి ఉదాహరణలు, తక్కిన రెండు సంఖ్యలూ అసంపూర్ణ వర్గాలకి ఉదాహరణలు. అందులో దశాంశ సంఖ్య కూడా ఉంది. ప్రత్యేకమైన ఉదాహరణలతో సాధారణమైన దశలు ఈ క్రింద వివరించబడ్డాయి.

దశలు :

- ఇచ్చిన సంఖ్యలో ఉన్న అంకెల సంఖ్యని, 'n' లెక్కకట్టండి.
- అంకెల సంఖ్య సరిసంఖ్య అయితే, ఎడమపక్క చివరి రెండు అంకెలతో మొదలెట్టండి, లేకపోతే ఎడమపక్క చివరి ఒక్క అంకెతో మొదలెట్టండి. అలా వచ్చిన సంఖ్యని SN (స్టార్టింగ్ నంబర్ - ప్రారంభ సంఖ్య) అందాము.
- వీలున్నంత ఎక్కువ సంపూర్ణ వర్గాన్ని, అంటే 'HS'ని (హయ్యెస్ట్ పాసిబుల్ పర్ఫెక్ట్ స్క్వేర్)ని పరిగణలోకి తీసుకుందాం. అది 'SN' కన్నా ఎక్కువగా గాని, సమానంగా గాని ఉండాలి. దాని వర్గమూలాన్ని 'S' (స్క్వేర్ రూట్)ని లెక్కకడదాము.

- వర్గమూలం 'S'ని ఎడమపక్క చివర అంకెల కింద రాయండి. మనకి రావాల్సిన వర్గమూలానికి ఇది మొదటి అంకె అవుతుంది.
- వర్గమూలం 'S'ని 2తో హెచ్చవేసి, ఎడమపక్క రాయండి. ఇది విభాజకము, అంటే 'd' (డివైజర్) అవుతుంది.
- ఇచ్చిన సంఖ్యలో తక్కిన అన్ని అంకెలకీ, విభాజకము 'd'తో భాగాహారం ఉంటుంది. అది అంతకుముందు అంకెల డ్యూప్లెక్స్‌ని తీసివేసాక ఉంటుంది. (మొదటిదానికి తప్ప)
- SN, HSలకి మధ్య వ్యత్యాసం అంటే శేషం 'r' (రిమెయిండర్)ని పక్క అంకెకి తీసుకువెళ్ళి దానికింద ఎడమపక్క రాస్తే వస్తుంది కొత్త సంఖ్య. ఈ కొత్త సంఖ్యని అంటారు పూర్ణ విభాజ్యం GD(గ్రాస్ డివిడెండ్)
- ఈ మొదటిGDని విభాజకము 'd' తో భాగిస్తే వస్తాయి భాగఫలము 'q' (కోషెంట్) మరియు శేషం 'r' (రిమెయిండర్). భాగఫలాన్ని వర్గమూలానికి రెండవ అంకెగా రాసి, మళ్ళీ శేషాన్ని తీసుకువెళ్ళి పక్క అంకె ముందు కలుపుతాము. తర్వాతి GD పొందటానికి.
- ఈ దశనుంచీ, వర్గమూలం యొక్క రెండవ అంకె నుంచీ మొదలెట్టి, ఆయా అంకెల డ్యూప్లెక్స్‌లని కుడిపక్క లెక్కకడితే వచ్చిన సంఖ్యలోంచి తీసివేయాలి. అంటే ఒక్కొక్క GD నుంచి ఆ డ్యూప్లెక్స్‌లని తీసివేస్తే వస్తుంది NDనికర విభాజ్యము (నెట్ డివిడెండ్)
- ప్రతి వరుసలోనూ, ఎన్‌డిని విభాజకము 'd' తో భాగించి, భాగఫలాన్ని వర్గమూలం యొక్క తర్వాతి అంకెగా కింద రాసి, శేషాన్ని తీసుకువెళ్ళి పక్క అంకె ముందు కలుపుతాము, తర్వాతి GD పొందటానికి.
- ND సున్నా వచ్చి, ఇచ్చిన సంఖ్యలో లెక్కకట్టటానికి ఇంకేమీ అంకెలు మిగలనంతవరకూ, లేదా కోరిన ఖచ్చితమైన స్థాయికి చేరేవరకూ ఈ తతంగం కొనసాగుతుంది.
- ఒకవేళ ND సున్నా అవకపోతే, ఇచ్చిన సంఖ్య చివర మనం సున్నాలు కలిపి, ఖచ్చితమైన వర్గమూలం వచ్చే స్థాయి వరకన్నా అంటే ఎన్ని దశాంశ స్థానాల వరకూ అన్నా చేయవచ్చు.

- ఒకసారి వర్గమూలం వచ్చాక, లేదా మనం ఆపుదామని నిశ్చయించుకున్నాక, ఎడమపక్క నుంచి కావాల్సిన అంకెల తర్వాత దశాంశ బిందువుని పెడతాము. ఒకవేళ 'n' సరిసంఖ్య అయితే, ఎడమపక్క నుంచి (n/2) అంకెల తర్వాత పెట్తాము. ఒకవేళ 'n' బేసి సంఖ్య అయితే, దశాంశ బిందువు ఎడమపక్క నుంచి (n+1)/2 అంకెల తర్వాత పెట్తాము.

ఈ క్రింద ఇచ్చిన ఉదాహరణలని పరిశీలిస్తే, ఈ తతంగం బాగా స్పష్టంగా అర్థమవుతుంది.

I. సంపూర్ణ వర్గమూలం

2116 వర్గమూలాన్ని లెక్కకట్టే ఉదాహరణని పరిగణలోకి తీసుకుందాం.

దశలవారీగా వేసిన అడుగులు ఈ క్రింది విధంగా వస్తాయి.

	21	1	6
		5	3
8			-36
			0
	4	6	0

దశలు :

- ఉన్న అంకెల సంఖ్య, n ని లెఖ్ఖపెడితే వస్తుంది 4.
- 'n' సరిసంఖ్య కాబట్టి, మనం ఎడమపక్క చివరి అంకెల్లో రెండు అంకెలతో మొదలెట్తాము. అంటే 'SN' 21.
- ఇక్కడ 21కన్నా తక్కువగా ఉన్న అత్యంత ఎక్కువ సంపూర్ణ వర్గం (HS) 16. దాని వర్గమూలం ('S') 4, వ్యత్యాసం 'r' 5.
- వర్గమూలం 4ని ఎడమపక్కచివర అంకెల కింద వేస్తాము. 8ని (=2×4) పైన చూపిన విధంగా ఎడమపక్క వేస్తాము.
- రావాల్సిన వర్గమూలానికి 4 మొదటి అంకె.
- తక్కిన అంకెలకి, విభాజకము 8తో భాగాహారం ఉంటుంది.
- వ్యత్యాసం అంటే 5ని పక్క అంకె 1కి తీసుకువెళ్ళి దానికింద పక్కన రాద్దాము. ఇప్పుడు 'GD' విలువ 51.

- ఈ మొట్టమొదటి GDని, విభాజకము 8తో భాగిస్తే వస్తాయి భాగఫలము 6, శేషం 3. భాగఫలాన్ని వర్గమూలానికి రెండవ అంకెగా రాసి, మళ్ళీ శేషాన్ని తీసుకువెళ్ళి పక్క అంకె 6 ముందు కలిపితే, వస్తుంది తర్వాతి GD 36.
- ఇప్పుడు మనం మూడవ వరుసకి వచ్చాము. జవాబులో రెండవ వరుసలో ఉన్న అంకె యొక్క డ్యూప్లెక్స్‌ని GDలోంచి తీసివేస్తే వస్తుంది నికర విభాజ్యం, ND
- జవాబులో రెండవ వరుసలో ఉన్న అంకె 6. దాని డ్యూప్లెక్స్ 36.
- 36ని GDలోంచి తీసేస్తాం. GD కూడా 36 అవ్వటంతో NDవస్తుంది 0. ఇక్కడితో తతంగం పూర్తి అయిందని సూచిస్తుంది ఇది.
- అందువల్ల వర్గమూలం వచ్చేసింది. ఇప్పుడు దశాంశ బిందువుని పెడదాం.
- n 4 కాబట్టి, అది సరిసంఖ్య కాబట్టి దశాంశ బిందువుని ఎడమనుంచి (n/2) అంకెల తర్వాత పెట్టాము. అందువల్ల ఇక్కడ దశాంశ బిందువుని ఎడమనుంచి 2 అంకెల తర్వాత పెడితే, చివరి జవాబు అవుతుంది 46.

II. సంపూర్ణ వర్గమూలం

59049 వర్గమూలాన్ని లెక్కకట్టే ఉదాహరణని పరిగణలోకి తీసుకుందాం

	5	9	0	4	9
		1	3	2	0
4			-16	-24	-9
			14	*0*	*0*
	2	4	3 .	0	0

దశలు :

- ఉన్న అంకెల సంఖ్య, n ని లెఖ్ఖపెడితే వస్తుంది 5
- 'n' బేసిసంఖ్య కాబట్టి, మనం ఎడమపక్క చివరి అంకెతో అంటే 5తో మొదలుపెడ్తాము.

- ఇక్కడ 5 కన్నా తక్కువగా ఉన్న అత్యంత ఎక్కువ సంపూర్ణ వర్గం (HS) 4. దాని వర్గమూలం ('S') 2, శేషం 'R' 1 (5-4)
- వర్గమూలం 2ని ఎడమపక్కచివర అంకెల కింద వేసి, 4ని (=2×2) పైన చూపిన విధంగా ఎడమపక్క వేస్తాము.
- శేషం 1ని తీసుకువెళ్ళి పక్క అంకె 9 కింద ఎడమపక్క రాస్తే, GD విలువ వస్తుంది 19.
- 19ని 4తో భాగిస్తే, వస్తాయి భాగఫలము 4, శేషం 3. భాగఫలాన్ని కింద రాసి, శేషాన్ని పక్క అంకె 0 కింద రాస్తే వస్తుంది తర్వాతి GD 30
- 4 డ్యూప్లెక్స్ 16. దాన్ని 30 (GD) నుంచి తీసివేస్తే వస్తుంది 14 (ND)
- 14ని 4తో భాగిస్తే వస్తాయి భాగఫలము 3, శేషం 2. భాగఫలాన్ని కింద రాసి శేషాన్ని పక్క అంకెకి తీసుకువెళ్తే వస్తుంది తర్వాతి GD 24
- ఇప్పుడు జవాబులో ముందున్న రెండు అంకెలు 4 మరియు 3ల డ్యూప్లెక్స్ అంటే 2* 4 * 3 = 24ని GD 24 నుంచి తీసివేస్తే వస్తుంది ND గా 0. ఇచ్చిన సంఖ్యలో మనం ఇంకా చివరి అంకెకి చేరలేదు కాబట్టి, ఇక్కడితో ఆపలేము.
- 0ని 4తో భాగిస్తే వస్తాయి భాగఫలం 0, శేషం 0. ఈ శేషాన్ని పక్క అంకెకి తీసుకువెళ్తే వస్తుంది GD 09
- జవాబులో ముందున్న మూడు అంకెలు 4,3,0. వాటి డ్యూప్లెక్స్ 9(2* 4*0 + 3^2). ఈ డ్యూప్లెక్స్‌ని GD నుంచి తీసివేస్తే ND సున్నా అవుతుంది. ఇంకేమీ అంకెలు మిగలలేదు. ఇక్కడితో తతంగం పూర్తి అయిందని సూచిస్తుంది.
- n 5 కాబట్టి, దశాంశ బిందువుని ఎడమనుంచి(n+1)/2 అంకెల తర్వాత పెట్టాము. చివరి జవాబు అవుతుంది 243.

III. దశాంశ సంఖ్యగా వచ్చే అసంపూర్ణ వర్గమూలం

59064 వర్గమూలాన్ని లెక్కకట్టే ఉదాహరణని పరిగణలోకి తీసుకుందాం.

ఇంతకుముందు తీసుకున్న ఉదాహరణకన్నా ఇది కాస్త పెద్ద సంఖ్య కాబట్టి ఇది సంపూర్ణ వర్గం కాదు. ఇప్పుడు ఏదో ఒక ఖచ్చితమైన స్థాయి

చేరుకునే వరకూ దాని వర్గమూలాన్ని ఎలా పొందాలో చూద్దాము. ఏ స్థాయిలోనైనా రుణాంక విలువ వస్తే, ఒక అడుగు వెనక్కి వెళ్ళి, భాగఫలాన్ని 1తో తీసివేసి, శేషాన్ని పెంచి, పెరిగిన శేషాన్ని తీసుకువెళ్దాము. ఈ సరిపెట్టే తతంగాన్ని ఈ ఉదాహరణతో వివరించటం జరిగింది.

4	5	9	0	6	4	0	0	0
		1	3	2	2	3	6	10
			-16	-24	-9	-24	-18	-64
			14	*2*	*15*	*6*	*42*	*6*
	2	4	3 .	0	3	0	8	6

దశలు :

- మొదట్లో కొన్ని అడుగులు తక్కిన సంఖ్యలకి చేసినట్టే వస్తాయి నాలుగవ వరుసకి చేరుకునే వరకూ. అక్కడ GD 26, ND 2
- 2ని 4తో భాగిస్తే వస్తాయి భాగఫలము, 0, శేషం 2. భాగఫలాన్ని కింద రాసి, శేషాన్ని పక్క అంకె 4కి తీసుకువెళ్తే వస్తుంది, తర్వాతి GD 24.
- 4,3,0ల డ్యూప్లెక్స్ 9 అవుతుంది. దాన్ని 24 (GD) నుంచి తీసివేస్తే వస్తుంది 15 (ND)
- 15ని 4తో భాగిస్తే వస్తాయి భాగఫలము 3, శేషం 3. ఈ తతంగం కొనసాగించటానికి సున్నా కలుపుతాం.
- భాగఫలాన్ని కింద రాసి, శేషాన్ని పక్క అంకె అయిన 0 ముందు రాస్తే వస్తుంది తర్వాతి GD 30.
- ఇప్పుడు జవాబులో ఉన్న అంకెలు 4,3,0,3ల డ్యూప్లెక్స్ అంటే 2* 4* 3 = 24ని GD 30 నుంచి తీసివేస్తే వస్తుంది ND 6.
- 6ని 4తో భాగిస్తే వస్తాయి భాగఫలము 1, శేషం 2. ఆ శేషాన్ని పక్క అంకెకి తీసుకువెళ్తే వస్తుంది GD 20.

- జవాబులో ఉన్న అంకెలు 4,3,0,3, 1ల డ్యూప్లెక్స్ 26 (2* 4* 1 + 2* 3*3). అది రుణాంక విభాజ్యాన్ని ND ఇస్తుంది. అందువల్ల అంతకుముందున్న భాగఫలాన్ని 1తో తీసివేసి, శేషం 6 పక్కకి తీసుకువెళ్తే వస్తుంది GD 60
- ఇప్పుడు జవాబులో ఉన్న అంకెలు 4,3,0,3,0ల డ్యూప్లెక్స్ 18 (2*3* 3). ఈ డ్యూప్లెక్స్‌ని GD నుంచి తీసివేస్తే వస్తుంది ND 42.
- ఈ తతంగాన్ని ఎంత ఖచ్చితమైన స్థాయి వరకన్నా తీసుకువెళ్ళవచ్చు.
- n 5 కాబట్టి దశాంశ బిందువుని ఎడమ నుంచి (5÷1)/2 = 3 అంకెల తర్వాత పెట్టాము. చివరి జవాబు అవుతుంది 243. 03086.

IV. సర్దుబాట్లతో కూడిన వర్గమూలం

దశాంశ సంఖ్య 59064.78 వర్గమూలాన్ని లెక్కకట్టే ఉదాహరణని పరిగణలోకి తీసుకుందాం.

ఇది సంపూర్ణ వర్గం కాని దశాంశ సంఖ్య.

	5	9	0		6	4	7	8	0	0
		1	3		2	2	3	5	8	12
4			-16		-24	-9	-24	-34	-44	-81
			14		*2*	*15*	*13*	*24*	*36*	*39*
	2	4	3	.	0	3	2	4	6	7

దశలు :

- సంఖ్యని దశాంశ బిందువు లేకుండా వేసి, అంతకు ముందు వివరించినట్టుగా అడుగులు వేసుకుంటూ పొండి.
- ప్రారంభ సంఖ్య (SN) దశాంశ సంఖ్య యొక్క పూర్ణభాగం నుంచే వస్తుంది.

- ఇదో వరుస చేరేవరకూ అడుగులు ఒకటే. ఐదో వరుసలో GD 24, ND 15.

- అంతకుముందులాగే, 15ని 4తో భాగిస్తే వస్తాయి భాగఫలము 3, శేషం 3. శేషాన్ని పక్క అంకె 7కి కలుపుతాము 37 (GD) రావటానికి.

- ఇప్పుడు జవాబులో ముందున్న అంకెలు 4,3,0,3ల డ్యూప్లెక్స్ 24 (2*4*3)= 24ని GD 37 నుంచి తీసివేస్తే వస్తుంది ND గా 13.

- 13ని 4తో భాగిస్తే వస్తాయి భాగఫలము 2, శేషం 5. ఈ శేషాన్ని పక్క అంకెకి తీసుకెళ్తే వస్తుంది GDగా 58. భాగఫలాన్ని 3గా కాక 2గా తీసుకున్నట్టు గమనించండి. అప్పుడు పక్కవరుసలో ND ధనాంక విలువగా వస్తుంది.

- జవాబులో ముందున్న అంకెలు 4,3,0,3,2ల డ్యూప్లెక్స్ 34 (2*4* 2 +2* 3 *3). దాన్ని 58నుంచి తీసివేస్తే వస్తుంది ND గా 24.

- 24ని 4తో భాగిస్తే వస్తాయి భాగఫలము 4, శేషం 8. ఈ స్థాయిలో ఇచ్చిన సంఖ్యకి ఒక సున్నా కలుపుతాము, ఇంకా ఖచ్చితమైన జవాబు రావటానికి. ఈ శేషాన్ని సున్నా ముందు కలుపుతాము.

- లెఖ్ఖలో చూపించినట్టుగా ఈ తతంగం ఇంకా కొనసాగుతుంది.

- n 5 కాబట్టి, దశాంశ బిందువుకి ఎడమనించి (5+1)/2 = 3 అంకెల తర్వాత పెట్టాము. చివరి జవాబు 243.032467.

V. దశాంశ సంఖ్యకి సంపూర్ణ వర్గమూలం

దశాంశ సంఖ్య 547.56 సంపూర్ణ వర్గం. దానికి వర్గమూలాన్ని పరిగణలోకి తీసుకుందాం.

	5	4	7	5	6
		1	2	2	1
4			-9	-24	-16
			18	*1*	*0*
	2	3 .	4	0	0

దశలు:

- అంతకుముందు వివరించినట్టే చేసుకుంటూ పోవాలి. దీనికి జవాబు పొందటంలో పాఠకునికి ఏమీ ఇబ్బంది కలగదు.
- ఇచ్చిన సంఖ్యకి 3 అంకెలు ఉన్నాయి కాబట్టి, దశాంశ బిందువుని ఎడమనుంచి రెండు అంకెల తర్వాత పెట్టాము.

గమనిక :

ఒకవేళ ప్రారంభ సంఖ్య SN చిన్నదయితే, అంటే 4 కన్నా చిన్నదయితే, SNలో తక్కిన రెండు అంకెల సముదాయాన్ని కూడా కలుపుకోవచ్చు. ఉదా: 13251 వర్గమూలం లెక్కకట్టాల్సి వస్తే, మనం SNగా 1 బదులు 132 తీసుకోవచ్చు.

35. మిశ్రమ సంఖ్యల వర్గమూలాలకు ఉదాహరణలు

వరుస క్రమం	సంఖ్య	వర్గమూలం
1.	14641	121
2.	800.89	28.3
3.	17.7241	4.21
4.	506944	712
5.	22881	151.26
6.	1373584	1172
7.	3981.61	63.1
8.	919681	959
9.	264196	514
10.	973.44	31.2
11.	125.8884	11.22
12.	674041	821
13.	5.349969	2.313
14.	135424	368

15.	29062881	5391
16.	761.76	27.6
17.	15376	124
18.	133956	366
19.	534361	731
20.	203401	451

10

అధ్యాయం

ఘనాలు, ఘనమూలాలు

ఎ) 2-అంకెల సంఖ్యలకి ఘనాలని లెక్కకట్టటం.

ఒక రెండు అంకెల సంఖ్యని, అంటే 'ab'ని పరిగణలోనికి తీసుకుందాం. ఇంకా, $(a+b)^3$ సూత్రాన్ని పరిగణలోకి తీసుకుంటే, ఇచ్చిన సంఖ్య 'ab' ఘనాన్ని కనుక్కోవటానికి ఉపయోగించవచ్చు.

$(a+b)^3 = a^3 + 3a^2b + 3ab^2 + b^3$ అని మనకు తెలుసు.

మనం గమనిస్తే 1వ పదం a^3,

2వ పదం $a^2b = a^3 \times (b/a)$,

3వ పదం $ab^2 = a^2b \times (b/a)$,

4వ పదం $b^3 = ab^2 \times (b/a)$

ఆ విధంగా 2వ, 3వ, 4వ పదాలో ఒక్కొక్కదాన్నీ దాని ముందు పదం నుంచి పొందవచ్చు. అంటే ఆ ముందు పదాన్ని ఒకటే నిష్పత్తి (b/a) తో హెచ్చవేస్తే వస్తుంది.

మనం 2వ పదాన్ని ఇలా కూడా చూడవచ్చు. $3a^2b = a^2b + 2a^2b$

3వ పదాన్ని ఇలా $3ab^2 = ab^2 + 2ab^2$

అంటే దీన్ని మనం రెండు పదాల లబ్ధంగా విడగొట్టవచ్చు.

అందువల్ల మనం a^3ని మరియు నిష్పత్తి (b/a)ని లెక్కకడితే, తక్కిన అన్ని పదాలనీ చాలా తేలిగ్గా పొందవచ్చు. మధ్యలో ఉన్న పదాలు రెండింటినీ రెట్టింపు చేసి, పైన చూపినట్టుగా కలిపితే వస్తుంది $(ab)^3$

$$\begin{array}{rl} (a+b)^3 = & a^3 + a^2b + ab^2 + b^3 \\ & \quad + 2a^2b + 2ab^2 \\ \hline & a^3 + 3a^2b + 3ab^2 + b^3 \end{array}$$

అందువల్ల ఏదైనా రెండు అంకెల ఘనాన్ని కనుక్కోవాలంటే ముందుగా మనం మొదటి అంకె ఘనాన్ని కనుక్కుని, తర్వాత 1వ అంకెతో 2వ అంకెకున్న నిష్పత్తిని కనుక్కుంటాం. ఆ నిష్పత్తి ఒకటి కన్నా ఎక్కువ,సమానం లేదా తక్కువ ఉండవచ్చు. అన్నింటిలోనూ పద్ధతి సమానంగా ఉంటుంది.

దృష్టాంతం 1 : 1కన్నా ఎక్కువ ఉన్న నిష్పత్తి

ఒక తేలికైన ఉదాహరణని పరిగణలోకి తీసుకుందాం. అంటే 12^3

ఇక్కడ మొదటి అంకె 1, దాని ఘనం కూడా 1. 1వ అంకెతో 2వ అంకెకున్న నిష్పత్తి 2(=2/1)

తక్కిన 3 పదాలలో ఒక్కొక్కదాన్నీ, దాని ముందు ఉన్న పదాన్ని 2తో హెచ్చువేస్తే వస్తుంది ఈ క్రింద చూపినట్టుగా.

12^3 = 1 2 4 8 (ఆఖరి అంకె ఘనం)

ఘనంలో నాలుగవ పదం, 2వ అంకె ఘనంగా గమనిస్తాము. అంటే 8 ఇచ్చిన సంఖ్య 12లో రెండవ అంకె అయిన 2 యొక్క ఘనం.

ఇప్పుడు మనం మధ్యలో ఉన్న రెండు పదాల్లో ఒక్కొక్కదాని విలువా రెట్టింపు చేసి కింద రాస్తాము. కూడితే, మనకి ఇచ్చిన సంఖ్య 12 యొక్క ఘనం వస్తుంది.

12^3 = 1 2 4 8 (ఆఖరి అంకె ఘనం)

4 8 (2 మధ్య అంకెల రెట్టింపు)

$1\ 6\ {}_{1}2\ 8$

1 7 2 8

అలాగే 25^3 చూద్దాం.

25^3 = 8 20 50 125 (సమాన నిష్పత్తి = 5/2)

40 100

---

8 60 150 125

8 60 150 $_{12}5$

8 60 $_{16}2$ 5 12ని 150కి కలిపితే వస్తుంది 162

8 $_{7}6$ 2 5 16ని 60కి కలిపితే వస్తుంది 76

15 6 2 5 7ని 85కి కలిపితే వస్తుంది 15

= 15625

దృష్టాంతం 2 : 1తో సమానమైన నిష్పత్తి

11^3 = 1 1 1 1 (సమాన నిష్పత్తి = 1)

2 2

= 1 3 3 1

= 1331

దృష్టాంతం 3 : 1కన్నా తక్కువ ఉన్న నిష్పత్తి

52^3 = 125 50 20 8 (సమాన నిష్పత్తి = 1)

100 40

140 $_{15}6$ $_{6}0$ 8

= 140608

36. సంఖ్యల ఘనాలకి ఉదాహరణలు

వరుస క్రమం	సంఖ్య	మొదటి వాక్యం	జవాబు
1.	13^3	1,3,9,27	2197
2.	15^3	1,5,25,125	3375
3.	17^3	1,7,49,343	4913
4.	0.019^3	1,9,81,729	0.000006859

5.	2.2^3	8,8,8,8	10.648
6.	32^3	27,18,12,8	32768
7.	2.3^3	8,12,18,27	12.167
8.	27^3	8,28,98,343	19683
9.	26^3	8,24,72,216	17576
10.	0.45^3	64,80,100,125	0.091125
11.	63^3	216,108,54,27	250047
12.	28^3	8,32,128,512	21952
13.	470^3	64,112,196,343	103823000
14.	56^3	125,150,180,216	175616
15.	51^3	125, 25, 5, 1	132651
16.	18^3	1,8,64,512	5832
17.	4.6^3	64,96,144,216	97.336
18.	105^3	1000,500,250,125	1157625
19.	111^3	1331,121,11,1	1367631
20.	0.88^3	512,512,512,512	0.681472

బి) 2-అంకెల సంఖ్యల ఘనమూలాలు

1 నుంచి 9 వరకూ సంఖ్యల ఘనాలని పరిగణలోకి తీసుకుందాం.

$1^3 = 1$

$2^3 = 8$

$3^3 = 27$

$4^3 = 64$

$5^3 = 125$

$6^3 = 216$

$7^3 = 343$

$8^3 = 512$

$9^3 = 729$

జాగ్రత్తగా చూస్తే, ఒక్కొక్క ఘనంలోని ఆఖరి అంకె ప్రత్యేకంగా ఉంది. అది ఏ సంఖ్యకీ (1 నుంచి 9 వరకూ) తిరిగి రావటం లేదు. ఈ లక్షణాన్ని ఉపయోగించి రెండు అంకెల ఏ సంఖ్యకైనా ఘన మూలాన్ని తేలిగ్గా కనుక్కోవచ్చు.

438976కి ఘనమూలాన్ని కనుక్కుందాం.

దాన్ని మనం కుడిపక్కనుంచి 3 అంకెలున్న రెండు జతల సంఖ్యగా విడగొట్టాము. అందువల్ల మనకి రెండు జతలున్నాయన్నమాట అంటే

438 976

దశలు :

- కుడినుంచి మొదటి సముదాయాన్ని చూద్దాం. అంటే 976. దాని ఆఖరి అంకె 6. 1 నుంచి 9 అంకెల ఘనాలలో ఏ ఘనం కూడా 6తో ముగుస్తుందో చూద్దాము. 216 సంఖ్య 6తో ముగుస్తుంది.

- దాని ఘనమూలం 6ని తీసుకుంటాం. అంటే మనకి రావాల్సిన ఘన మూలంలోని చివరి అంకె 6.

- ఇప్పుడు మిగిలిన రెండో 3-అంకెల సముదాయాన్ని చూద్దాము. 438 కన్నా తక్కువ ఉన్న పెద్ద ఘనాన్ని వెతుకుదాము. మనకు కావలసింది 343. ఎందుకంటే దాని తర్వాతది 512 అయిపోయింది. అదేమో 438 కన్నా ఎక్కువ ఉంది.

- 343 ఘన మూలాన్ని చూస్తే అది 7. మనకి కావాల్సిన ఘన మూలంలో మొదటి అంకె 7.

- రావల్సిన ఘన మూలం 76.

ఈ పద్ధతి 2- అంకెల ఘనమూలాలని కనుక్కోవటానికి చాలా తేలికైన, శక్తివంతమైన పద్ధతిని అందచేస్తుంది. ఇచ్చిన సంఖ్య సంపూర్ణ ఘనమైతేనే ఈ పద్ధతిని ఉపయోగించగలము.

37. 2- అంకెల సంఖ్యల ఘనమూలాలకి ఉదాహరణలు

వరుస క్రమం	సంఖ్య	ఘనమూలం
1.	175616	56
2.	238328	62
3.	50653	37
4.	250.047	6.3
5.	157464	54

6.	474552	78
7.	148877	53
8.	0.287496	0.66
9.	571787	83
10.	830584	94
11.	941192	98
12.	103823	47
13.	54872	38
14.	32768	32
15.	438976	76
16.	704969	89
17.	185193	57
18.	0.636056	0.86
19.	110592	48
20.	59319	39

సి) 2- అంకెల సంఖ్యలకి నాలుగు ఘాతముగా ఉంటే లెక్కకట్టుట.

ఇటువంటి పద్ధతే ఉపయోగించి, రెండు అంకెల సంఖ్యలకి నాలుగు ఘాతముగా అంటే $(ab)^4$ ఉంటే, దాని విలువని లెక్కకట్టవచ్చు

$$(a+b)^4 = a^4 + 4a^3b + 6a^2b^2 + 4ab^3 + b^4$$

$$a^4 + a^3b + a^2b^2 + ab^3 + b^4 \quad (\text{నిష్పత్తి} = b/a)$$

$$3a^3b + 5a^2b^2 + 3ab^3 + b^4$$

$$\overline{a^4 + 4a^3b + 6a^2b^2 + 4ab^3 + b^4}$$

మొదటి పదం తర్వాత, తక్కిన పదాలలో ఒక్కొక్కదాన్నీ, దాని ముందు పదాన్ని -b/a తో హెచ్చవేస్తే వస్తుంది. ఒక్కొక్క దృష్టాంతంలోంచి ఉదాహరణలని పరిగణలోకి తీసుకుందాం. అంటే నిష్పత్తి 1కన్నా ఎక్కువ, సమానం, తక్కువ ఉన్నవి.

దృష్టాంతం 1 : 1కన్నా ఎక్కువ ఉన్న నిష్పత్తి

తేలికైన ఉదాహరణని పరిగణలోకి తీసుకుందాం. అంటే 12^4.

ఇక్కడ మొదటి అంకె 1, దాని ఘాతం నాలుగు. జవాబు కూడా 1. 2వ అంకెకీ, 1వ అంకెకీ మధ్యనున్న నిష్పత్తి 2.

తక్కిన 4 పదాలలో ఒక్కొక్కదాన్నీ, దాని ముందు ఉన్న పదాన్ని 2తో హెచ్చవేస్తే వస్తుంది ఈ క్రింద చూపినట్టుగా.

12^4= 1 2 4 8 16

6 20 24

---

1 8 24 32 16

1 8 24 32 $_{1}$6... 1ని ఎడమకి కూడితే వస్తుంది 33

1 8 24 $_{3}$3 6.. 3ని ఎడమకి కూడితే వస్తుంది 27

1 8 $_{2}$7 3 6...2ని ఎడమకి కూడితే వస్తుంది 20.

2 0 7 3 6

= 20736

దృష్టాంతం 2 : 1 తో సమానమైన నిష్పత్తి

ఒక తేలికైన ఉదాహరణని పరిగణలోకి తీసుకుందాం. అంటే 11^4.

ఇక్కడ మొదటి అంకె 1, దాని ఘాతం 4కి జవాబు కూడా 1. 2వ అంకెకీ, 1వ అంకెకీ మధ్యనున్న నిష్పత్తి 1.

తక్కిన 4 పదాలలో ఒక్కొక్కదాన్నీ, దాని ముందు ఉన్న పదాన్ని 1తో హెచ్చవేస్తే వస్తుంది ఈ క్రింద చూపినట్టుగా...

11^4 = 1 1 1 1 1

3 5 3

---

1 4 6 4 1

= 14641

దృష్టాంతం 3 : 1కన్నా తక్కువ ఉన్న నిష్పత్తి

ఒక తేలికైన ఉదాహరణని పరిగణలోకి తీసుకుందాం. అంటే 21^4

ఇక్కడ మొదటి అంకె 2, దాని ఘాతం 4కి జవాబు 16. 2వ అంకెకీ, 1వ అంకెకీ మధ్యనున్న నిష్పత్తి 1/2.

తక్కిన 4 పదాలలో ఒక్కొక్క దాన్నీ, దాని ముందు ఉన్న పదాన్ని 1/2తో హెచ్చువేస్తే వస్తుంది ఈ క్రింద చూపినట్టుగా:

$$
\begin{array}{llllll}
21^4 = & 16 & 8 & 4 & 2 & 1 \\
 & & 24 & 20 & 6 & \\
\hline
 & 19 & 4 & 4 & 8 & 1
\end{array}
$$

= 194481

38. సంఖ్యలకి నాలుగు ఘాతంగా ఉన్న ఉదాహరణలు

వరుస క్రమం	సంఖ్య	మొదటి వాక్యం	జవాబు
1.	13^4	1,3,9, 27,81	28561
2.	15^4	1,5,25,125,625	50625
3.	17^4	1,7,49,343,2401	83521
4.	0.19^4	1,9,81,729,6561	0.00130321
5.	2.2^4	16,16,16,16,16	23.4256
6.	32^4	81,54,36,24,16	1048576
7.	2.3^4	16,24,36,54,81	27.9841
8.	27^4	16,56,196,686,2401	531441
9.	26^4	16,48,144,432,1296	456976
10.	0.45^4	256,320,400,500,625	0.4100625
11.	63^4	1296,648,324,162,81	15752961
12.	28^4	16,64,256,1024,4096	614656
13.	470^4	256,448,784,1372,2401	48796810000
14.	56^4	625,750,900,1080,1296	9834496
15.	51^4	625,125,25,5,1	6765201
16.	0.12^4	1,2,4,8,16	0.00020736
17.	5.3^4	625,375,225,135,81	789.0481
18.	330^4	81,81,81,81,81,81	11859210000
19.	29^4	16,72,324,1458,6561	707281
20.	4.2^4	256,128,64,32,16	311.1696

అధ్యాయం 11

త్రికోణమితి

ఇది గణిత శాస్త్రంలో ఒక శాఖ. ఇందులో మనం త్రికోణాల యొక్క భుజాలకి, కోణాలకి మధ్యనున్న అనుబంధాన్ని అధ్యయనం చేస్తాము. పాఠశాలల్లోనూ, కళాశాలల్లోనూ, త్రికోణమితిలోని ప్రాథమిక సిద్ధాంతాల గురించిన అవగాహన ఉండే ఉంటుంది పాఠకులందరికీ. ఇచ్చిన త్రికోణంలోని sine, cosine, tangent ల నిర్వచనాలు నేర్చుకున్నాం. ఏదో ఒక నిష్పత్తి యిస్తే దాన్నించి తక్కిన నిష్పత్తులని లెక్కకట్టే పద్ధతిని కూడా నేర్చుకున్నాము.

ఇప్పుడు ఈ సిద్ధాంతాలని మళ్ళీ ఒకసారి గుర్తు తెచ్చుకుందాం. ఈ క్రింద యిచ్చిన లంబ త్రికోణాన్ని ఉపయోగించి...

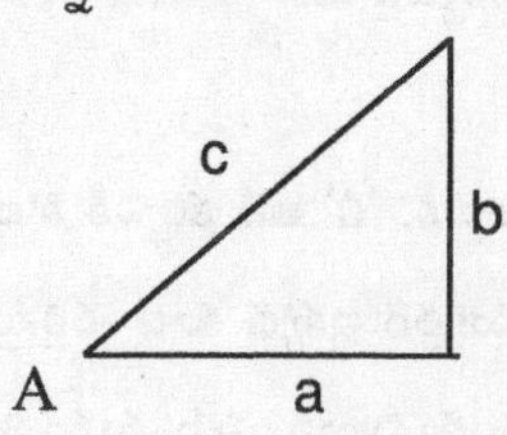

అనేక త్రికోణమితి నిష్పత్తులు ఈ క్రింది విధంగా నిర్వచించబడ్డాయి.

1. sin A = b / c

2. cos A = a / c

3. tan A = b / a

4. cosec A = 1 / sin A = c / b

5. sec A = 1 / cos A = c / a

6. cot A = 1 / tan A = a / b

త్రికోణమితిలోని కొన్ని లెఖ్ఖలు ఈ క్రింది విధంగా ఉంటాయి.

- ఒక త్రికోణంలో ఉన్న ఏదో ఒక కోణానికి, ఆరు నిష్పత్తులలో ఏదో ఒక నిష్పత్తినిస్తే, తక్కిన నిష్పత్తులని లెక్కకట్టటం.
- ఒక త్రికోణంలో ఏదో ఒక కోణానికి, ఉన్న నిష్పత్తులలో ఏదో ఒక నిష్పత్తినిస్తే, ఇచ్చిన కోణానికి రెట్టింపు విలువలని లెక్కకట్టటం, ఉదా: sin A ఇస్తే, tan 2A ని లెక్కకట్టటం.
- ఒక త్రికోణంలో ఏదో ఒక కోణానికి, ఉన్న నిష్పత్తులలో ఏదో ఒక నిష్పత్తిస్తే, ఇచ్చిన కోణానికి సగం విలువలని లెక్కకట్టటం, ఉదా: sin A ఇస్తే, tan A/2 ని లెక్కకట్టటం.

నియమిత త్రికోణమితి సూత్రాలని ఉపయోగించే, ఇలాంటి లెక్కలు కడతాము.

ఏ. త్రిపుటి

వేదగణితంలో మనకి త్రిపుటి అనే ఒక సిద్ధాంతం ఉంది. ఇటువంటి లెఖ్ఖలన్నీ చేయటానికి, ఇది చాలా సమర్థవంతంగా పనిచేస్తుంది. ఈ పైన యిచ్చిన త్రికోణంలో, ఒక త్రిపుటిని ఇలా నిర్వచిస్తారు.

a, b,c

ఇవి 'a' మరియు 'b' అనే భుజాలకీ, 'c' అనే కర్ణానికీ కొలతలు.

$c^2 = a^2 + b^2$ అన్న సూత్రం ఇక్కడ కూడా వర్తిస్తుంది.

ఈ త్రిపుటిలోని ఏదైనా రెండు విలువలనిస్తే, మనం 3వ దాని విలువని లెక్కకట్టి, సంపూర్ణ త్రిపుటిని తయారుచేయవచ్చు.

ఇప్పుడు నిష్పత్తులు ఈ క్రింది విధంగా నిర్వచించబడ్డాయి.

sin A = 2వ విలువ / చివరి విలువ

cos A = 1వ విలువ / చివరి విలువ

tan A = 2వ విలువ / 1వ విలువ

ఈ త్రిపుటిని ఎలా ఏర్పరచుకోవాలో, ఎలా వాడాలో కొన్ని ఉదాహరణల ద్వారా చూద్దాం.

1. a = 3, b= 4 అనుకుందాం. త్రిపుటిని ఎలా ఏర్పరచాలో చూద్దాం. అసంపూర్ణ త్రిపుటి 3, 4, -

అందువల్ల ఆఖరి విలువ అవుతుంది.

$$\sqrt{(3^2+4^2)} = 5$$

అప్పుడు సంపూర్ణ త్రిపుటి 3,4,5

2. అసంపూర్ణ త్రిపుటి 12, -, 13, ఇచ్చారనుకుందాం.

సంపూర్ణ త్రిపుటి అవుతుంది 12,5, 13. 5 ఈ విధంగా వస్తుంది.

$$\sqrt{(13^2-12^2)}$$

ఒకసారి త్రిపుటి ఏర్పరచుకుంటే, ఉన్న అన్ని త్రికోణమితి నిష్పత్తులనీ తేలిగ్గా చేప్పేయచ్చు ఇంకా ఎక్కువ లెక్కకట్టకుండానూ, ఏ సూత్రం వాడకుండాను.

బి. త్రికోణమితి నిష్పత్తులను లెక్కకట్టటం.

ఒక త్రికోణానికి, tan A విలువ 4/3గా ఇచ్చారనుకుందాం. ఇప్పుడు మనం cosec A విలువ కనుక్కోవాలి. సాంప్రదాయ త్రికోణమితి పద్ధతిలో ఈ క్రింది సూత్రాన్ని వాడతాము.

$\text{cosec}^2 A = 1 + \cot^2 A$

tan A = 4 / 3, cot A = 3 / 4 కాబట్టి

ఇచ్చిన సూత్రంలో ఈ విలువని ప్రతిక్షేపించటం వల్ల ఇలా వస్తుంది

$$\mathrm{cosec}^2A = 1 + 9 / 16$$

అందువల్ల $\mathrm{cosec}^2A = 25 / 16$

$$\mathrm{cosec}A = 5 / 4, \ \mathrm{Sin}\ A = 4 / 5$$

మనకి ఒకవేళ cos A విలువ కూడా కావాలంటే, ఈ క్రింది సూత్రాన్ని ఉపయోగించవచ్చు.

$\tan A = \sin A \ / \ \mathrm{Cos}\ A$

tan A, sin A విలువలని ప్రతిక్షేపించటం వల్ల, ఇలా వస్తుంది

$\cos A = \sin A \ / \ \tan A = (4 / 5) / (4 / 3) = 3 / 5$

ఇప్పుడు మనం వేదగణిత పద్ధతిలోని త్రిపుటిని ఉపయోగించి Cosec A , Cos A వగైరాల విలువలని, ఎలా లెక్కకట్టవచ్చో చూద్దాం.

ఈ ఉదాహరణలో అసంపూర్ణ త్రిపుటి యిది.

3, 4, -

tan A =4 / 3 = 2వ విలువ / 1వ విలువ

ఇప్పుడు సంపూర్ణ త్రిపుటి విలువలు ఇవి

3,4,5

అంతకు ముందు చూపినట్టుగా.

ఈ త్రిపుటి ఏర్పరచిన మరుక్షణం, మనం తక్కిన నిష్పత్తులను తేలిగ్గా చెప్పేయవచ్చు.

ఉదా : cosec A = చివరి విలువ / 2వ విలువ = 5 / 4

cos A = 1వ విలువ/చివరి విలువ = 3 / 5

క్లిష్టమైన లెఖ్ఖలు చేయనవసరం లేకుండానే, ఆరు నిష్పత్తులను తేలిగ్గా కట్టగలమని పాఠకులు గ్రహించవచ్చు.

సి. కోణానికి రెట్టింపు విలువ ఉన్న త్రికోణమితి నిష్పత్తులని లెక్కకట్టడం.

పైన చూపినట్టుగా, కోణం A కి త్రిపుటిని ఇలా రాస్తాము.

a,b,c

కోణం 2A కి త్రిపుటిని, ఈ క్రింది విధంగా లెక్కకట్టటం ద్వారా చాలా తేలిగ్గా పొందవచ్చు.

$(a^2 - b^2)$, 2ab, c^2

ఒక ఉదాహరణ చూద్దాం.

మనకి $\sin A = 3 / 5$ విలువని ఇచ్చారనుకుందాం. మనం $\tan 2A$ ని లెక్కకట్టాలి. సాంప్రదాయ పద్ధతి ఈ విధంగా ఉంటుంది.

$\sin^2 A + \cos^2 A = 1$

అందువల్ల $\cos^2 A = 1 - \sin^2 A$

$= 1 - (9 / 25)$

$= 16 / 25$

అందువల్ల $\cos A = 4/5$

ఇప్పుడు $\sin 2A = 2 * \sin A * \cos A$

$= 2 * (3 / 5) * (4 / 5)$

$= 24 / 25$

అలాగే $\cos^2 2A = 1 - \sin^2 2A$

$= 1 - (24^2 / 25^2)$

$= 49 / 625$

అందువల్ల $\cos 2A = 7 / 25$

$\tan 2A = \sin 2A / \cos 2A$

$= 24 / 7$

ఇప్పుడు త్రిపుటి పద్ధతిని పరిగణలోకి తీసుకుందాం.

$\sin A = 3 / 5$ కాబట్టి కోణం A కి అసంపూర్ణ త్రిపుటి -, 3, 5

అందువల్ల కోణం A కి సంపూర్ణ త్రిపుటి 4,3,5

కోణం 2Aకి త్రిపుటిని ఈ సూత్రాన్ని ఉపయోగించి లెక్కకట్టవచ్చు.

$(a^2- b^2)$, 2ab, c^2

7, 24, 25

ఇప్పుడు tan 2A విలువని లెక్కకట్టకుండానే చెప్పేయవచ్చు.

tan 2A= 24 / 7

cos 2A = 7 / 25

ఈ పద్ధతి ఎంత తేలికో, ఎంత ఉదాత్తమైనదో స్పష్టంగా తెలుస్తోంది. ఏ సూత్రాన్నీ ఉపయోగించాల్సిన పనిలేదు. అన్ని నిష్పత్తులనీ తేలిగ్గా చెప్పేయవచ్చు.

డి) కోణానికి సగం విలువ ఉన్న త్రికోణమితి నిష్పత్తులని లెక్కకట్టుట.

కోణం A కి త్రిపుటి ఇలా ఉంటే

a,b,c

అప్పుడు కోణం A/2 కి త్రిపుటిని, ఈ క్రింది విధంగా లెక్కకట్టటం ద్వారా చాలా తేలిగ్గా పొందవచ్చు.

$(a+c), b, \sqrt{(a+c)^2+b^2}$

sinA = 3 / 5 విలువ ఉంటే, మనం tan A / 2 లెక్కకట్టాల్సిన ఉదాహరణని చూద్దాం.

త్రికోణమితి సూత్రం ప్రకారం

sinA = (2 * tan A / 2) / (1 + $\tan^2$A / 2)

మనం ఈ సమీకరణాన్ని పూరిస్తే, ఇలా వస్తుంది.

tan A / 2 = 1 / 3

త్రిపుటి పద్ధతిని ఆచరణలో పెట్టి చూద్దాం.

కోణం A కి సంపూర్ణ త్రిపుటి యిది.

4,3,5

కోణం A / 2 కి త్రిపుటిని ఈ సూత్రం ఉపయోగించి లెక్కకట్టవచ్చు.

$(a + c), b, \sqrt{(a + c)^2 + b^2}$

అందువల్ల A / 2 కి త్రిపుటి

$9, 3, 3\sqrt{10}$

ఇప్పుడు మనం ఈ విలువలని తేలిగ్గా చెప్పేయవచ్చు.

$\tan A / 2 = 1 / 3$

$\sin A / 2 = 1 / 10$

$\cos A / 2 = 3 / 10$

చాలా తేలిక, అవునా, కాదా?

అభ్యాసం 39

వరుస క్రమం	ఇచ్చినది	కావాల్సింది	జవాబు
1.	$\cos a = 12/13$	$\sin 2a$	$120 / 169$
2.	$\tan a = 16/63$	$\sin 2a$	$2016 / 4225$
3.	$\tan a = 5/12$	$\cos 2a$	$119 / 169$
4.	$\tan 45^0 = 1/\sqrt{2}$	$\sin 22.5^0$	$(\sqrt{2} - \sqrt{2})/2$
5.	$\sin 300 = 1/2$	$\cos 15^0$	$\sqrt{(3+1)/2\sqrt{2}}$

గమనిక : $\sqrt{(\sqrt{3+2})} = (\sqrt{3} + 1) / \sqrt{2}$

సహాయక భిన్నాలు

అధ్యాయం 12

ఏ సంఖ్యనైనా ఏ విభాజకముతోనైనా భాగించటానికి అద్భుత పద్ధతులని చూసాము వేదగణితంలో. ఈ పద్ధతులవల్ల ఈ తతంగాన్ని చాలా తేలిగ్గానూ, చాలా వేగంగానూ చేస్తాము. వీటికి మిశ్రాంక (అధ్యాయం 13) పద్ధతులను జోడిస్తే, ఇంక దాని రెట్టించిన వేగం గురించి చెప్పనే అఖ్ఖరలేదు.

ఇప్పుడు మనం భిన్న సంఖ్యల భాగాహారాన్ని వేగంగా చేయగలగటానికి అదనపు పద్ధతులను చూద్దాం. అందులోని రకాలు:

- విభాజకము కన్నా విభాజ్యము తక్కువ
- విభాజకము చిన్నది ఉదా: 2 లేక 3 అంకెలు ఉన్నది
- విభాజకము చివరి అంకె 1,6,7,8,9 లతో ముగిసేది

ఉదా: 19,29,27,59,41,67,121 వగైరాలు అలాంటి కొన్ని విభాజకాలు.

2,3,4,5,7 సంఖ్యలతో ముగిసే తక్కిన విభాజకాలని, ఒక అనువైన సంఖ్యతో హెచ్చువేసి అటువంటి విభాజకముగా మలచుకోవచ్చు.

1 నుంచి 9 అంకెల దాకా, వాటితో ముగిసే విభాజకాల ఉదాహరణలు చూస్తే, మనకి మొత్తం ఈ తతంగం గురించి లోతుగా అర్థమవుతుంది.

I) '9'తో ముగిసే విభాజకాలు

9తో ముగిసే విభాజకము దృష్టాంతంతో మొదలుపెడదాం.

ఉదా: 19,29,39,89 వగైరా.

సాధారణ దశలు:

- డినామినేటర్‌కి ఒకటి కలిపి, దాన్ని విభాజకముగా వాడాలి.
- విభాజకము లోంచి సున్నాని తీసివేసి, న్యూమరేటర్‌లో సరియైన స్థానంలో దశాంశ బిందువుని పెట్టాలి.
- కొత్త విభాజకముని ఉపయోగించి దశలవారీగా భాగాహారం చేసుకుంటూ పోవాలి.
- ప్రతి భాగాహారంలోనూ ఒక భాగఫలమూ, ఒక శేషమూ రావాలి. అది దశాంశ భాగాహారం కాకూడదు.
- ఏమాత్రం మార్పులేకుండా ప్రతి భాగఫలాన్నీ పక్క సంఖ్యకి ఎడమపక్క కలపాలి, విభాజ్యం రావటానికి. తక్కిన అన్ని దృష్టాంతాలలోనూ, ముందే నిర్వచించిన పద్ధతి ద్వారా, భాగఫలము అంకెని మార్చాలి. అదెలాగో, ఒక్కొక్క దృష్టాంతంలో విడివిడిగా వివరింపబడుతుంది.

ఉదాహరణ 1 :

ఇప్పుడు 5/29కి వివరణ చూద్దాం.

దశలు :

- విభాజకానికి 1 కలిపితే వస్తుంది 30.
- మార్చబడిన భాగాహారం ఇప్పుడు 5/30
- డినామినేటర్ నుంచి సున్నా తీసివేసి, న్యూమరేటర్‌లో ఒక దశాంశ బిందువుని పెట్టండి. మార్చబడిన భాగాహారం 0.5/3.
- చివరి జవాబుని రాయము ఇలా 0.16666 కాని
- కింద వివరించినట్టుగా మనం దశలవారీగా చేసుకుంటూపోతాము.

దశలవారీ భాగహారానికి సోపానాలు:

- 5ని 3తో భాగిస్తే వస్తాయి, భాగఫలము (q) =1 శేషం (r) =2
- భాగఫలాన్ని జవాబులో రాసి, శేషాన్ని సరిగ్గా దానికింద, ఎడమపక్క రాయండి కింద చూపించినట్టుగా

  0.5 / 3 = 0. 1

  $\quad\quad\quad\quad$ 2

ఇప్పుడు, భాగాహారానికి తర్వాత సంఖ్య 21. దాన్ని 3తో భాగిస్తే, q=7, r=0 వస్తాయి. ఇప్పుడు జవాబు ఇలా కనిపిస్తుంది.

0.5 / 3 = 0. 1 7

2 0

ఈ భాగాహారాన్ని ఒక్కొక్క అంకెకీ చేసుకుంటూ పొండి మీరు కోరిన స్థాయిలో ఖచ్చితమైన చివరి జవాబు వచ్చే వరకూ!! తర్వాతి అంకెలు కొన్నిటికి కింద చూపించబడింది.

7ని 3తో భాగిస్తే, q=2, r=1 వస్తాయి. ఇప్పుడు జవాబు ఇలా కనబడుతుంది.

0.5 / 3 = 0. 1 7 2

2 0 1

12ని 3తో భాగిస్తే q=4, r=0 వస్తాయి. ఇప్పుడు జవాబు ఇలా కనబడుతుంది.

0.5 / 3 = 0. 1 7 2 4

2 0 1 0

8 అంకెల వరకూ ఖచ్చితమైన చివరి జవాబు ఇది

0.5 / 3 = 0. 1 7 2 4 1 3 7 9

2 0 1 0 1 2 2 0

చివరి జవాబు 5 / 29 = 0.17241379

ఉదాహరణ 2 :

అలాగే, 88 / 89ని ఇలా లెక్కకట్టాం

88 / 89 = 88 / 90 = 8.8 / 9

8.8 / 9 = 0. 9 8 8 7 6 4 0 4 4 9

7 7 6 5 3 0 4 4 8 3

ఉదాహరణ 3:

అలాగే, 41 / 119 = 41 / 120 = 4.1 / 12

41 / 12 = 0. 3 4 4 5 3 7 8 1

5 5 6 4 9 9 1 6

అందువల్ల 41 / 119 = 0.34453781

వివరణ :

- 3తో ముగిసే అన్ని సంఖ్యలనీ, 9తో ముగిసే సంఖ్యలుగా మార్చవచ్చు వాటిని 3తో హెచ్చవేయటం ద్వారా.

ఉదా: విభాజకము 13 అయితే, దాన్ని 39గా మార్చవచ్చు 3తో హెచ్చవేసి.

అందువల్ల 3 / 13 = 9 / 39

5 / 23 = 15 / 69

అలాగే 7తో ముగిసే సంఖ్యలకి, వాటిని 7తో హెచ్చవేసి, 9తో ముగిసే సంఖ్యలని పొందవచ్చు.

ఉదా: విభాజకము 17 అయితే, దాన్ని 119గా మార్చవచ్చు 7తో హెచ్చవేసి.

అందువల్ల 5 / 7 = 35 / 49

4 / 17 = 28 / 119

5 / 27 = 35 / 189

40. సహాయక భిన్నాలకి ఉదాహరణలు - 9తో ముగిసే విభాజకము

వరుస క్రమం	సంఖ్య	మార్చిన తీరు	జవాబు
1.	1/19=1/20	0.1/2	0.052631578947
2.	3/19=3/20	0.3/2	0.157894736842
3.	1/29=1/30	0.1/3	0.034482758621
4.	4/29=4/30	0.4/3	0.137931034483
5.	6/29=6/30	0.6/3	0.206896551724
6.	71/89=71/90	7.1/9	0.797752808989
7.	1/43=3/129=3/130	0.3/13	0.023255813953
8.	1/7=7/49=7/50	0.7/5	0.142857142857

9.	2/39=2/40	0.2/4	0.051282051282
10.	3/13=9/39=9/40	0.9/4	0.230769230769
11.	1/23=3/69=3/70	0.3/7	0.043478260870
12.	2/53=6/159=6/160	0.6/16	0.037735849057
13.	1/17=7/119=7/120	0.7/12	0.058823529412
14.	5/69=5/70	0.5/7	0.072463768116
15.	3/17=21/119=21/120	2.1/12	0.176470588235
16.	0.7/29=0.1*(7/30)	0.1*(0.7/3)	0.024137931034
17.	2/19=2/20	0.2/2	0.105263157895
18.	31/149=31/150	3.1/15	0.208053691275
19.	6/59=6/60	0.6/6	0.101694915254
20.	5/6.9=50/69	10*(5/69)	0.724637681159

II) '1'తో ముగిసే విభాజకాలు

ఇప్పుడు, 1తో ముగిసే విభాజకాలు ఉన్న భిన్నాలని పరిగణలోకి తీసుకుందాం.

ఉదా: 21, 31, 51, 71 వగైరా

సాధారణ దశలు:

- న్యూమరేటర్ నుంచి 1 తీసివేయాలి.
- డినామినేటర్ నుంచి 1 తీసివేసి దాన్ని విభాజకముగా వాడాలి.
- విభాజకములోంచి సున్నా తీసివేసి, న్యూమరేటర్‌లో సరియైన స్థానంలో దశాంశ బిందువుని పెట్టాలి.
- కొత్త విభాజకముని ఉపయోగించి దశలవారీగా భాగాహారం చేసుకుంటూ పోవాలి.
- ప్రతి భాగాహారంలోనూ ఒక భాగఫలమూ, ఒక శేషమూ రావాలి. అది దశాంశ భాగాహారం కాకూడదు.
- ప్రతి దశలోనూ భాగపలాన్ని 9 నుంచి తీసివేయాలి దాని తర్వాతి విభాజ్యాన్ని పొందటానికి.

ఉదాహరణ 1 :

ఇప్పుడు వివరాలు చూద్దాము దీనికి 4 / 21

దశలు:

- న్యూమరేటర్‌నుంచి 1 తీసివేస్తే వస్తుంది 3
- విభాజకము నుంచి 1 తీసివేస్తే వస్తుంది 20
- మార్చబడిన భాగాహారం ఇప్పుడు 3/20
- డినామినేటర్ నుంచి సున్నా తీసివేసి న్యూమరేటర్‌లో ఒక దశాంశ బిందువుని పెట్టండి.
- మార్చబడిన భాగాహారం 0.3/2
- చివరి జవాబుని రాయము ఇలా 0.15 కాని
- కింద వివరించినట్టుగా మనం దశలవారీగా చేసుకుంటూ పోతాము.

దశలవారీ భాగాహారానికి సోపానాలు

- 3ని 2తో భాగిస్తే వస్తాయి భాగఫలము (q)=1, శేషం (r)=1
- భాగఫలాన్ని జవాబులో రాసి, శేషాన్ని సరిగ్గా దానికింద, ఎడమపక్క రాయండి, కింద చూపించినట్టుగా

0.3 / 2 = 0. 1

1

- భాగఫలం (1)ని 9 నుంచి తీసివేసి కింద రాయండి.

.8

0.3 / 2 = 0.1

1

- ఇప్పుడు భాగాహారం చేయటానికి తర్వాతి సంఖ్య 11 కాదు 18.

18ని 2తో భాగిస్తే q = 9, r = 0 వస్తాయి. ఇప్పుడు జవాబు ఇలా కనిపిస్తుంది.

.8

0.3 / 2=0. 19

1 0

- భాగఫలము (9)ని 9 నుంచి తీసివేసి జవాబుని రాయండి.

.8 .0

0.3 / 2 = 0. 1 9

1 0

ఇప్పుడు భాగాహారానికి తర్వాతి సంఖ్య 9 కాదు 0

పైన వివరించిన భాగాహారాన్ని కొనసాగించండి.

0ని 2తో భాగిస్తే, q = 0, r = 0 వస్తాయి. ఇప్పుడు జవాబు ఇలా కనిపిస్తుంది.

.8 .0 .9

0.3 / 2 = 0. 1 9 0

1 0 0

8 అంకెల వరకూ ఖచ్చితమైన చివరి జవాబు ఇది

.8 .0 .9 .5 .2 .3 .8 .0

0.3 / 2 = 0. 1 9 0 4 7 6 1 9

1 0 0 1 1 0 1 0

జవాబు 4 / 21 = 0.19047619

ఉదాహరణ 2 :

ఇప్పుడు 7 / 111కి వివరణ చూద్దాం.

7/111 = 6 / 110 = 0.6 /1 1

.9 .3 .6 .9 .3

0.6 / 11 = 0. 0 6 3 0 6

6 3 0 6 3

అదే పద్ధతి కొనసాగిస్తున్నాం కాబట్టి, మనం చివరి జవాబుని ఇలా రాయవచ్చు
7/111 = 0.063063063

వివరణ :

● 3తో ముగిసే అన్ని సంఖ్యలనీ, 1తో ముగిసే సంఖ్యలుగా మార్చవచ్చు వాటిని 7తో హెచ్చవేయటం ద్వారా

విభాజకము 13 అయితే, దాన్ని 91గా మార్చవచ్చు 7తో హెచ్చవేసి.

అందువల్ల, 3/13 = 21/91

5/23 = 35/161

● అలాగే 7తో ముగిసే సంఖ్యలకి, వాటిని 3తో హెచ్చవేసి 1తో ముగిసే సంఖ్యలని పొందవచ్చు.

ఉదా: విభాజకము 17 అయితే, దాన్ని 51గా మార్చవచ్చు 3తో హెచ్చవేసి.

అందువల్ల 5/7 = 15/21

4/17 = 12/51

5/21 = 15/81

9 మరియు 1తో ముగిసే విభాజకములతో భాగాహారం ఎలా చేయాలో అర్థమయ్యాక, 8,7,6లతో ముగిసే తక్కిన విభాజకాల లెఖ్ఖలు కూడా చేయవచ్చు.

41. సహాయక భిన్నాలకి ఉదాహరణలు- 1తో ముగిసే విభాజకాలు

వరుస క్రమం	సంఖ్య	మార్చిన తీరు	జవాబు
1.	13/31=12/30	1.2/3	0.419355
2.	3/31=2/30	0.2/3	0.0967741
3.	1/21=0/20	0.0/2	0.047619
4.	2/21=1/20	0.1/2	0.095238
5.	5/21=4/20	0.4/2	0.2380952
6.	3/17=9/51=8/50	0.8/5	0.176471
7.	8/17=24/51=23/50	2.3/5	0.470588
8.	38/61=37/60	3.7/6	0.622951
9.	5/61=4/60	0.4/6	0.081967

10.	3/41=2/40	0.2/4	0.073171
11.	1/41=0/40	0.0/4	0.0243902
12.	5/51=4/50	0.4/5	0.0980392
13.	43/51=42/50	4.2/5	0.8431372
14.	72/81=71/80	7.1/8	0.888889
15.	16/91=15/90	1.5/9	0.1758241
16.	7/41=6/40	0.6/4	0.1707317
17.	23/81=22/80	2.2/8	0.2839506
18.	16/71=15/70	1.5/7	0.2253521
19.	2/51=1/50	0.1/5	0.0392156
20.	52/91=51/90	5.1/9	0.5714285

III) '8'తో ముగిసే విభాజకాలు

8తో ముగిసే విభాజకము దృష్టాంతాలని పరిగణలోకి తీసుకుందాం.

ఉదా: 18,28,48,88 వగైరా

సాధారణ దశలు

- డినామినేటర్‌కి 2 కలిపి, దాన్ని విభాజకముగా వాడాలి.
- విభాజకములోంచి సున్నాని తీసివేసి న్యూమరేటర్‌లో సరియైన స్థానంలో దశాంశ బిందువుని పెట్టాలి.
- ఇంతకు ముందు వివరించినట్టుగా దశలవారీగా భాగాహారం చేసుకుంటూ పోవాలి.
- ప్రతి భాగాహారంలోనూ, ఒక భాగఫలమూ, ఒక శేషమూ రావాలి. అది దశాంశ భాగాహారం కాకూడదు.
- పైన వివరించినట్టుగా భాగఫలమూ, శేషమూ తర్వాతి ప్రాధమిక విభాజ్యంగా తీసుకోవాలి.
- విభాజకములోని ఆఖరి అంకె 8 కాబట్టి, అంటే 9కీ దానికీ వ్యత్యాసం 1 కాబట్టి, ప్రతి దశలోనూ మనం భాగఫలాన్ని 1తో హెచ్చవేసి, ఉన్న ప్రాధమిక విభాజ్యానికి కలిపితే, పూర్ణ విభాజ్యం (GD) వస్తుంది.

ఉదాహరణ 1:

ఇప్పుడు 5 / 28కి వివరణ చూద్దాం.

దశలు :

- విభాజకానికి 2 కలిపితే వస్తుంది 30.
- మార్చబడిన భాగాహారం ఇప్పుడు 5/30
- డినామినేటర్ నుంచి సున్నా తీసివేసి, న్యూమరేటర్‌లో దశాంశ బిందువుని పెట్టండి. మార్చబడిన భాగాహారం 0.5/3
- చివరి జవాబుని రాయము ఇలా 0.16666 కాని
- కింద వివరించినట్టుగా మనం దశలవారీగా చేసుకుంటూ పోతాము

దశలవారీ భాగహారానికి సోపానాలు

- 5ని 3తో భాగిస్తే వస్తాయి, భాగఫలము (q)=1, శేషం (r) =2
- భాగఫలాన్ని జవాబులో రాసి, శేషాన్ని సరిగ్గా దాని కింద, ఎడమపక్క రాయండి, కింద చూపించినట్టుగా

0.5 / 3 = 0. 1

2

ఇప్పుడు ప్రాథమిక విభాజ్యం 21.

భాగఫలము అంకె(1)ని అసలు విభాజ్యానికి కలిపితే వస్తుంది 22.

భాగించాల్సిన తర్వాతి సంఖ్య 22. దాన్ని 3తో భాగిస్తే q = 7, r = 1 వస్తాయి. ఇప్పుడు జవాబు వస్తుంది ఇలా...

0.5 / 3 = 0. 1 7

2 1

ఇప్పుడు ప్రాథమిక విభాజ్యం 17.

భాగఫలము అంకె (7)ని ప్రాథమిక విభాజ్యంకి కలిపితే వస్తుంది 24.

భాగించాల్సిన తర్వాతి సంఖ్య 24. దాన్ని 3తో భాగిస్తే q=8, r=0 వస్తాయి. ఇప్పుడు జవాబు వస్తుంది

0.5 / 3= 0. 1 7 8

2 1 0

కింద చూపిన విధంగా చివరి జవాబు రావటానికి భాగాహారం చేసుకుంటూ పోతాము.

5 అంకెల వరకూ ఖచ్చితమైన చివరి జవాబు ఇది

0.5 / 3 = 0. 1 7 8 5 6

2 1 0 1 2

జవాబు 5 / 28 = 0. 17856

42. సహాయ భిన్నాలకి ఉదాహరణలు - 8తో ముగిసే విభాజకాలు

వరుస క్రమం	సంఖ్య	మార్చిన తీరు	జవాబు
1.	1/18=1/20	0.1/2	0.0555555
2.	5/18=5/20	0.5/2	0.2777777
3.	1/28=1/30	0.1/3	0.0357142
4.	5/26=15/78=15/80	1.5/8	0.1923076
5.	6/28=6/30	0.6/3	0.2142857
6.	71/88=71/90	7.1/9	0.8068181
7.	1/48=1/50	0.1/5	0.0208333
8.	21/48=21/50	2.1/5	0.4375
9.	2/38=2/40	0.2/4	0.0526315
10.	3/14=6/28=6/30	0.6/3	0.2142857
11.	5/58=5/60	0.5/6	0.0862068
12.	7/78=7/80	0.7/8	0.0897435
13.	1/17=4/68=4/70	0.4/7	0.0588235
14.	5/88=5/90	0.5/9	0.0568181
15.	43/98=43/100	4.3/10	0.4387755
16.	7/58=7/60	0.7/6	0.1206896
17.	15/78=15/80	1.5/8	0.1923076
18.	4/38=4/40	0.4/4	0.1052631
19.	31/98=31/100	3.1/10	0.3163265
20.	3/48=3/50	0.3/5	0.0625

IV) '7'తో ముగిసే విభాజకాలు

7తో ముగిసే విభాజకము దృష్టాంతాలని పరిగణలోకి తీసుకుందాం.

ఉదా: 17,27,37,57 వగైరా

సాధారణ దశలు:

- డినామినేటర్‌కి 3 కలిపి, దాన్ని విభాజకముగా వాడాలి.
- విభాజకములోంచి సున్నాని తీసివేసి, న్యూమరేటర్‌లో సరియైన స్థానంలో దశాంశ బిందువుని పెట్టాలి.
- ఇంతకు ముందు వివరించినట్టుగా దశలవారీ భాగాహారం చేసుకుంటూ పోవాలి.
- ప్రతి భాగాహారంలోనూ ఒక భాగఫలమూ, ఒక శేషమూ రావాలి. అది దశాంశ భాగాహారం కాకూడదు.
- పైన వివరించినట్టుగా భాగఫలమూ, శేషమూ తర్వాతి విభాజ్యంలో తీసుకోవాలి.
- విభాజకములోని ఆఖరి అంకె 7 కాబట్టి, అంటే 9కీ దానికీ వ్యత్యాసం 2 కాబట్టి, మనం భాగఫలాన్ని 2తో హెచ్చవేసి, ప్రతి దశలోనూ ఉన్న ప్రాధమిక విభాజ్యానికి కలిపితే, పూర్ణ విభాజ్యం (GD)వస్తుంది.

ఉదాహరణ 1:

ఇప్పుడు 5 / 27కి వివరణ చూద్దాం.

దశలు:

- విభాజకానికి 3 కలిపితే వస్తుంది 30
- మార్చబడిన భాగాహారం ఇప్పుడు 5/30
- డినామినేటర్ నుంచి సున్నా తీసివేసి, న్యూమరేటర్‌కి దశాంశ బిందువుని పెట్టండి. మార్చబడిన భాగాహారం 0.5/3
- చివరి జవాబుని రాయము ఇలా 0.16666 కాని
- కింద వివరించినట్టుగా మనం దశలవారీగా చేసుకుంటూ పోతాము.

దశలవారీ భాగాహారానికి సోపానాలు:

- 5ని 3తో భాగిస్తే వస్తాయి, భాగఫలము (q)=1, శేషం (r) = 2

- భాగఫలాన్ని జవాబులో రాసి, శేషాన్ని సరిగ్గా దాని కింద, ఎడమపక్క, రాయండి, కింద చూపినట్టుగా

0.5 / 3 = 0. 1

2

- ఇప్పుడు ప్రాధమిక విభాజ్యం = 21
- భాగఫలము అంకె (1)ని 2తో హెచ్చువేసి, దాన్ని ప్రాధమిక విభాజ్యం 21తో కూడితే వస్తుంది 23.
- భాగించాల్సిన తర్వాతి సంఖ్య 23 దాన్ని 3తో భాగిస్తే q=7, r=2 వస్తాయి. ఇప్పుడు జవాబు వస్తుంది ఇలా

0.5 / 3 = 0. 1 7

2 2

- ఇప్పుడు, ప్రాధమిక విభాజ్యం 27
- భాగఫలము అంకె (7)ని 2తో హెచ్చువేస్తే వస్తుంది 14. దాన్ని ప్రాధమిక విభాజ్యం (27)తో కూడితే వస్తుంది 41.
- భాగించాల్సిన తర్వాతి సంఖ్య 41. దాన్ని 3తో భాగిస్తే q=13, r=2 వస్తాయి. ఇప్పుడు జవాబు వస్తుంది ఇలా

0.5 / 3 = 0. 1 7 13

2 2 2

- ఇక్కడ గమనిస్తే భాగఫలము 2- అంకెల సంఖ్య అయింది. అంటే 13. ఇంతకుముందులాగే దీన్ని కూడా 2తో హెచ్చువేస్తే వస్తుంది 26. దాన్ని కింద చూపించినవిధంగా కూడుతాము.

13

2

26

59

- శేషం 2ని 13, 26 సంఖ్యల పదుల స్థానానికి కలుపుతాము.
- ఇప్పుడు 59ని 3తో భాగిస్తే వస్తాయి 19 భాగఫలముగానూ, 2 శేషంగానూ. ఈ క్రింద చూపించిన విధంగా లెక్కకడతాము.

0.5 / 3 = 0. 1 7 (13) (19)

2 2 2 2

- 19ని 2తో హెచ్చవేస్తే వస్తుంది 38. దాన్ని కింద చూపించిన విధంగా కూడుతాము.

19
2
38

77

- ఇప్పుడు 77ని 3తో భాగిస్తే వస్తాయి 25 భాగఫలము గానూ, 2 శేషంగానూ, ఈ క్రింద చూపించిన విధంగా లెక్కకడతాము.

0.5 / 3 = 0. 1 7 (13) (19) (25)

2 2 2 2 2

- 25ని 2తో హెచ్చవేస్తే వస్తుంది 50. దాన్ని కింద చూపిన విధంగా కూడుతాము.

25
2
50

95

- 95ని 3తో భాగిస్తే వస్తాయి 31 భాగఫలముగానూ, 2 శేషంగానూ. ఈ క్రింది విధంగా లెక్కకడతాము.

0.5/3 = 0. 1 7 (13) (19) (25) (31)

2 2 2 2 2 2

- ఇప్పుడు ఒక్కొక్క స్థానంలో ఒంటరి అంకె ఉంచుతూ, చివరి జవాబుని ఎలా పొందాలో చేసుకుంటూ వద్దాము. జవాబులో ఈ క్రింది సంఖ్యలు ఉన్నాయి.

0. 1 7 (13) (19) (25) (31)

- కుడి నుంచి మొదలెట్టండి. అక్కడ 1 ఉంచి 3ని ఎడమపక్కకి తెండి ఇలా

0. 1 7 (13) (19) (28) 1

- 28లో 8 ఉంచి, 2ని ఎడమపక్కకి తెండి ఇలా

0. 1 7 (13) (21) 8 1

- అలాగే చేసుకుంటూ పొండి ఇలా చివరి జవాబు వచ్చేదాకా

0. 1 7 (15) 1 8 1

0. 1 8 5 1 8 1

- 6 అంకెల ఖచ్చితమైన చివరి జవాబు ఇది

5/27= 0.185181

43. సహాయక భిన్నాలకి ఉదాహరణలు - 7తో ముగిసే విభాజకములు

వరుస క్రమం	సంఖ్య	మార్చిన తీరు	జవాబు
1.	1/17=1/20	0.1/2	0.058823529
2.	4/17=4/20	0.4/2	0.235294118
3.	5/27= 5/30	0.5/3	0.185185185
4.	19/27=19/30	1.9/3	0.703703703
5.	2/37=2/40	0.2/4	0.054054054
6.	73/87=73/90	7.3/9	0.83908046
7.	1/47=1/50	0.1/5	0.021276596
8.	4/47=4/50	0.4/5	0.851063
9.	34/37=34/40	3.4/4	0.918918919
10.	3/67=3/70	0.3/7	0.044776119
11.	5/57=5/60	0.5/6	0.087719298
12.	69/77=69/80	6.9/8	0.896103896
13.	14/57=14/60	1.4/6	0.245614

14.	5/87=5/90	0.5/9	0.0574712
15.	43/97=43/100	4.3/10	0.4432989
16.	23/77=23/80	2.3/8	0.2987012
17.	3/47=3/50	0.3/5	0.0638297
18.	41/97=41/100	4.1/10	0.4226804
19.	15/67=15/70	1.5/7	0.2238805
20.	7/87=7/90	0.7/9	0.0804597

V) '6'తో ముగిసే సంఖ్యలు

6తో ముగిసే విభాజకాలున్న సంఖ్యలని పరిగణలోకి తీసుకుందాం.

ఉదా: 26,36,56,86 వగైరా

సాధారణ దశలు:

- డినామినేటర్‌కి 4 కలిపి, దాన్ని విభాజకముగా వాడాలి.
- విభాజకములోంచి సున్నాని తీసివేసి, న్యూమరేటర్‌లో సరియైన స్థానంలో దశాంశ బిందువుని పెట్టాలి.
- ఇంతకు ముందు వివరించినట్టుగా దశలవారీ భాగాహారం చేసుకుంటూ పోవాలి.
- ప్రతి భాగాహారంలోనూ ఒక భాగఫలమూ, ఒక శేషమూ రావాలి. అది దశాంశ భాగాహారం కాకూడదు.
- పైన వివరించినట్టుగా భాగఫలమూ, శేషమూ తర్వాతి ప్రాథమిక విభాజ్యంలో తీసుకోవాలి.
- విభాజకములోని ఆఖరి అంకె 6 కాబట్టి, అంటే 9కీ దానికీ వ్యత్యాసం 3 కాబట్టి, మనం భాగఫలాన్ని 3 తో హెచ్చవేసి, ప్రతి దశలోనూ ఉన్న ప్రాథమిక విభాజ్యానికి కలిపితే, పూర్ణ విభాజ్యం (GD) వస్తుంది.

ఉదాహరణ 1:

ఇప్పుడు 6/76కి వివరణ చూద్దాం.

దశలు:

- విభాజకానికి 4 కలిపితే వస్తుంది 80
- మార్చబడిన భాగాహారం ఇప్పుడు 6/80
- డినామినేటర్ నుంచి సున్నా తీసివేసి, న్యూమరేటర్‌లో దశాంశ బిందువుని పెట్టండి. మార్చబడిన భాగాహారం 0.6/8
- చివరి జవాబుని రాయము ఇలా 0.075 కాని
- కింద వివరించినట్టుగా మనం దశలవారీగా చేసుకుంటూ పోతాము.

దశలవారీ భాగహారానికి సోపానాలు:

- 6ని 8తో భాగిస్తే భాగఫలము (q)= 0, శేషం (r) = 6,
- భాగఫలాన్ని జవాబులో రాసి, శేషాన్ని సరిగ్గా దానికింద, ఎడమపక్క రాయండి. కింద చూపించినట్టుగా

0.6/8=0. 0
6

- ఇప్పుడు, ప్రాథమిక విభాజ్యం 60
- భాగఫలము అంకె (0)ని 3తో హెచ్చవేసి ప్రాథమిక విభాజ్యం 60కి కలిపితే, వస్తుంది 60. భాగఫలము అంకె సున్నా కాబట్టి, నిజానికి ఈ దశ చూపించనక్ఖరలేదు కాని, క్రమం తప్పకుండా ఉండటానికి చూపించటం జరిగింది.
- భాగించాల్సిన తర్వాతి సంఖ్య 60. దాన్ని 8తో భాగిస్తే q= 7 r= 4 వస్తాయి. ఇప్పుడు జవాబు వస్తుంది ఇలా

0.6/8 = 0. 0 7
6 4

- ఇప్పుడు ప్రాథమిక విభాజ్యం 47
- భాగఫలము అంకె (7)ని 3తో హెచ్చవేస్తే వస్తుంది 21. దాన్ని ప్రాథమిక విభాజ్యం 47కి కూడితే వస్తుంది 68.

- భాగించాల్సిన తర్వాతి సంఖ్య 68. దాన్ని 8తో భాగిస్తే q=8, r= 4 వస్తాయి. ఇప్పుడు జవాబు వస్తుంది ఇలా

0.6/8 = 0. 0 7 8

6 4 4

- కింద చూపిన విధంగా చివరి జవాబు రావటానికి భాగాహారం చేసుకుంటూ పోతాము.
- 8 అంకెల వరకూ ఖచ్చితమైన చివరి జవాబు ఇది

0.6/8= 0. 0 7 8 9 4 7 3 8

6 4 4 0 4 0 4 4

జవాబు 6/76= 0.07894738

44. సహాయక భిన్నాలకి ఉదాహరణలు - 6తో ముగిసే విభాజకాలు

వరుస క్రమం	సంఖ్య	మార్చినతీరు	జవాబు
1.	7/26= 7/30	0.7/3	0.2692307
2.	13/46=13/50	1.3/5	0.282608696
3.	25/56=25/60	2.5/6	0.446428571
4.	21/76=21/80	2.1/8	0.276315789
5.	7/36=7/40	0.7/4	0.194444444
6.	73/86=73/90	7.3/9	0.848837209
7.	1/46=1/50	0.1/5	0.02173913
8.	39/76=39/80	3.9/8	0.513157895
9.	13/66=13/70	1.3/7	0.196969697
10.	5/36=5/40	0.5/4	0.138888889
11.	43/46=43/50	4.3/5	0.934782609
12.	17/56=17/60	1.7/6	0.303571429
13.	59/86=59/90	0.5/9	0.686046512

14.	43/76=43/80	4.3/8	0.565789474
15.	27/66=27/70	2.7/7	0.409090909
16.	5/56=5/60	0.5/6	0.892857
17.	13/76=13/80	1.3/8	0.1710526
18.	11/96=11/100	1.1/10	0.1145833
19.	23/86=23/90	2.3/9	0.2674418
20.	7/36=7/40	0.7/4	0.1944444

VI) తక్కిన విభాజకాలు

పైన ఇచ్చిన విభాగాల్లో 1,6,7,8,9లలో ముగిసే విభాజకాల గురించి చూసాము. మరి 2,3,4,5లతో ముగిసే విభాజకాల మాట ఏమిటి? ఒక అనువైన హెచ్చువేత ద్వారా, అలాంటి విభాజకాలను, మనం వేదగణిత పద్ధతుల్లో చూసిన విభాజకాలుగా మార్చుకుంటాము. కింద ఇచ్చిన పట్టికని మార్గదర్శకంగా తీసుకోవచ్చు.

వరుస క్రమం	వీటితో ముగుస్తున్న విభాజకాలు	వీటితో హెచ్చువేత	ఉదా:	హెచ్చువేత తర్వాత
1.	2	5	13/42	65/210
		4	17/22	68/88
2.	3	3	13/43	39/129
		7	13/43	91/301
3.	4	5	13/34	65/170
		7	13/34	91/238
4.	5	2	13/235	26/470
5.	6	3	5/26	15/78
		5	5/26	25/130

ఈ పట్టికని గమనిస్తే, మనం సరియైన అంకెని వాడి న్యూమరేటర్‌ని, డినామినేటర్‌ని దానితో హెచ్చువేస్తే, మనకి ఒక అనువైన భిన్నం ఏర్పడుతుంది. అప్పుడు మనం మనకి తెలిసిన పద్ధతుల్లో ఒకదాన్ని ఉపయోగించి, జవాబుని తేలిగ్గా పొందవచ్చు.

ఒక్కోసారి, సరియైన భిన్నం పొందటానికి రెండు సార్లు కూడా హెచ్చువేయాల్సి రావచ్చు.

45. సహాయక భిన్నాలకి ఉదాహరణలు - మిశ్రమ అభ్యాసాలు

వ. క్ర.	సంఖ్య	మార్చిన తీరు	జవాబు
1.	5/13=15/39	1.5/4	0.384615385
2.	7/32=35/160	3.5/16	0.21875
3.	5/28=5/30	0.5/3	0.17857142
4.	21/44=42/88	4.2/9	0.477272727
5.	53/82=265/410	26.5/41	0.646341463
6.	7/23=21/69	2.1/7	0.304347826
7.	8/43=24/129	2.4/13	0.186046512
8.	5/14=10/28	1.0/3	0.357142857
9.	37/42=185/210	18.5/21	0.880952381
10.	2/63=6/189	0.6/19	0.031746032
11.	7/72=35/360	3.5/36	0.097222222
12.	9/23=27/69	2.7/7	0.391304348
13.	12/53=36/159	3.6/16	0.226415094
14.	19/24=38/48	3.8/5	0.791666667
15.	11/34=22/68	2.2/7	0.323529412
16.	13/34=26/68=26/70	2.6/7	0.382352941
17.	7/13=21/39=21/40	2.1/4	0.538461538
18.	9/26=9/30	0.9/3	0.346153846
19.	27/53=81/159=81/160	8.1/16	0.509433962
20.	8/63=24/189=24/190	2.4/19	0.126984126

13 అధ్యాయం

మిశ్రాంక్ (విన్కులమ్)

మిశ్రాంక్ పద్ధతి చాలా శక్తివంతమైనది. ఒక సంఖ్యలో ఉన్న అంకెల విలువ 5 అంకెకన్నా ఎక్కువ ఉంటే, వాటిని 5 అంకె కన్నా తక్కువ అంకెలగా మార్చటానికి అద్భుతమైన పద్ధతిని ఇస్తుంది. అలా మార్చాక, అన్ని ప్రక్రియలనీ మార్చబడిన సంఖ్యలతో చేస్తాము. అప్పుడు ఆ ప్రక్రియలను చాలా తేలిగ్గా,అతి వేగంగా సాధించవచ్చు.

ఒక సంఖ్యలో ఉన్న అన్ని అంకెలనూ మార్చాల్సిన అవసరం లేదు. తెలివిగా కేవలం కొన్ని అంకెలను (5కన్నా పెద్దవి) మాత్రమే మారిస్తే చాలు. వాటిని లెక్కకట్టటంలో మన శ్రమని చాలామటుకు తగ్గిస్తుంది. పూర్తిగా కొత్తదైనా, ఉత్సాహభరితమైన ఈ పద్ధతిని నేర్చుకునేటప్పుడు పాఠకుడు కొంచెం ఓపిక పడితే చాలు, ఇందులో నిష్ణాతుడై ఈ పద్ధతిని అత్యంత సమర్థవంతంగా వాడి, గొప్ప లాభాన్ని పొందగలడు.

ముందుగా ఇచ్చిన సంఖ్యని దానికి సమానమైన మిశ్రాంక్‌లోకి మార్చే తీరు, మళ్ళీ దాన్ని వెనక్కి దాని అసలు విలువకి మార్చే పద్ధతి చూద్దాం.

ఎ) మిశ్రాంక్‌కి మార్చే పద్ధతి

5 కన్నా పెద్ద విలువ ఉన్న అంకెలకి మిశ్రాంక్ అంకెలను లెక్కకట్టాం. దానికి దశలు:

- ఇచ్చిన అంకెని 10 నుంచి తీసివేసి, వచ్చిన జవాబు పైన ఒక గీత పెట్టాలి.
- దానికి ఎడమపక్క ఉన్న అంకెకి ఒకటి కలపాలి.

ఉదాహరణలు

వరుస క్రమం	ఇచ్చిన సంఖ్య	మిశ్రాంక్‌కి మార్పాక	వివరణ
1.	1 4 8	1 5 $\bar{2}$	10 నుంచి 8 తీసివేస్తే వస్తుంది 4కి 1 కలిపితే వస్తుంది 5.
2.	2 2 8 5	2 3 $\bar{2}$ 5	
3.	2 2 8 8 4	2 3 $\bar{1}$ $\bar{2}$ 4	పదుల స్థానంలో ఉన్న 8ని 10 నుంచి తీసివేస్తే వస్తుంది 2, దానికి ఎడమపక్క నున్న 8కి 1 కలిపితే వస్తుంది 9. 9కీ ఇదే పద్ధతి. దాన్ని 10నుంచి తీసివేస్తే వస్తుంది1.దానికి ఎడమపక్కనున్న 2కి 1 కలపండి.
4.	7 6 3 2	1 $\bar{2}$ $\bar{4}$ 3 2	6ని 10లోంచి తీసివేస్తే వస్తుంది 4, దానికి ఎడమపక్క 1 కలిపితే వస్తుంది 8. దాన్ని 10 నుంచి తీసివేస్తే వస్తుంది 2. ఎడమపక్క 1 కలపాలి. అక్కడ సున్నా ఉంది (ఏమీలేదు) కాబట్టి, ఎడమపక్క చివర 1 వేసుకోవాలి.
5.	2 3 8 4 9	2 4 $\bar{2}$ 5 $\bar{1}$	
6.	8 8 8 8	1 $\bar{1}$ $\bar{1}$ $\bar{1}$ $\bar{2}$	
7.	2 0 7 4 5	2 1 $\bar{3}$ 4 5	

సంఖ్యలో మిశ్రాంక్ అంకెకి ఋణాంక విలువ ఉంటుంది.

అందువల్ల, పైన ఇచ్చిన మొదటి ఉదాహరణలో

1 5 $\bar{2}$ దీనితో సమానం 150-2 అంటే 148

అలాగే 2 3 $\bar{2}$ 5 దీనితో సమానం 2305 - 20 = 2285. అలాగే $\bar{1}\,\bar{1}\,\bar{1}$ 1 2 దీనితో సమానం 10000-1112 = 8888

బి) మిశ్రాంక్ నుంచి వెనుకకి మార్పటం

కేవలం మిశ్రాంక్ అంకెలను మాత్రమే, అంటే పైన గీతలు ఉన్న అంకెలను మాత్రమే వాటి అసలు విలువలకు వెనక్కి మళ్ళీ మారుస్తాము. ఈ క్రింది విధంగా.

- మిశ్రాంక్ అంకె పక్కనే, ఎడమవైపు ఉన్న మిశ్రాంక్ కాని అంకె నుంచి 1 తీసివేసి, ఆ అంకెని రాయాలి.
- మిశ్రాంక్ అంకెని 10 నుంచి తీసివేసి, వచ్చిన అంకె రాయాలి.
- ఇదే పద్ధతిని అన్ని మిశ్రాంక్ అంకెలకీ కొనసాగించాలి.

వరుస క్రమం	ఇచ్చిన సంఖ్య	అసలు సంఖ్యకి మార్చాక
1.	1 5 $\bar{4}$	1 4 6
2.	2 2 $\bar{3}$ 5	2 1 7 5
3.	2 1 $\bar{4}$ 5 5	2 0 6 5 5
4.	2 $\bar{3}\,\bar{3}\,\bar{3}$	1 6 6 7
5.	5 0 $\bar{3}$ 4 5	4 9 7 4 5
6.	2 5 $\bar{3}$ 5 $\bar{2}$	2 4 7 4 8
7.	3 $\bar{4}$ 0 $\bar{2}$ 3	2 5 9 8 3

ఉదాహరణ 4లో మనకి, వరుసగా కొన్ని మిశ్రాంక్ అంకెలు ఉన్నాయి. మనం 'అన్నీ 9 నుంచి ఆఖరిది 10 నుంచి' అన్న సూత్రాన్ని ఉపయోగించి, అసలు సంఖ్యకి వెనక్కి మార్చవచ్చు.

మిశ్రాంక్‌ని కూడిక, తీసివేత, గుణకారం, భాగాహారం, సంఖ్యలకి వర్గాలు, ఘనాలు కనుక్కోవటం లాంటి అనేక ప్రక్రియలలో చాలా సమర్థవంతంగా ఉపయోగించవచ్చు. దాని అద్భుత శక్తిని అర్థం చేసుకోవటానికి కొన్ని ఉదాహరణలు చూద్దాం.

సి) అనేక వరుసల కూడిక, తీసివేతలలో అనువర్తించే విధానం

ఈ క్రింది లెఖ్ఖని పరిగణలోకి తీసుకుందాం:

232+4151 - 2889+1371

దీన్ని ఇలా చేయవచ్చు. అంటే 232ని 4151తో కూడి, వచ్చిన మొత్తంలోంచి 2889 తీసివేసి, వచ్చిన జవాబుకి 1371 కూడవచ్చు.

లేదా 232, 4151, 1371లని కూడేసి, వచ్చిన మొత్తంలోంచి 2889ని తీసివేయవచ్చు.

దాని బదులు, మనం ఈ ప్రక్రియని మరింత వేగంగా చేయవచ్చు. ఈ క్రింద చూపినట్టుగా, తీసివేతని కూడిక ప్రక్రియగా మార్చటం వల్ల సాధ్యమవుతుంది.

ఇలా రాద్దాం : - 2889 ని + 2 8 8 9

ఇక్కడ ప్రతి అంకెనీ రుణాంక అంకెగా రాసాము.

ఇప్పుడు, లెఖ్ఖని ఇలా తిరిగి వ్రాయవచ్చు.

$$232 + 4151 + \bar{2}\,\bar{8}\,\bar{8}\,\bar{9} + 1371$$

లేదా దీన్ని నిలువుగా రాస్తే, ఇలా వస్తుంది.

$$\begin{array}{r} 2\,3\,2 \\ +\,4\,1\,5\,1 \\ +\,\bar{2}\,\bar{8}\,\bar{8}\,\bar{9} \\ +\,1\,3\,7\,1 \\ \hline 3\,\bar{2}\,7\,\bar{5} \\ \hline \end{array}$$

ఇది ఒక్కటే దశ కాబట్టి, మరింత వేగంగా జరిగి, మనసుకి తక్కువ వత్తిడిని కలుగజేస్తుంది. జవాబులో వచ్చిన మిశ్రాంక్ అంకెలని మామూలుగా మలచుకుంటే, చివరి జవాబు అవుతుంది 2865

డి) తీసివేతలలో అనువర్తించే విధానం

ఉదాహరణ 1 : 8988 నుంచి 6869ని తీసివేయటాన్ని పరిగణలోకి తీసుకుందాం.

మామూలుగా అయితే తీసివేత ప్రక్రియలో ఒక్కొక్క అడుగులోనూ పక్కకి తీసుకువెళ్ళే తతంగం ఉండటం వల్ల, అది చాలా నిదానంగా సాగి, మనసు త్వరగా అలసిపోయేటట్టు చేస్తుంది.

కాని ఈ ప్రక్రియని ఈ క్రింద ఇచ్చిన పద్ధతుల్లో ఏది వాడినా చాలా తేలిగ్గానూ, అతి వేగంగానూ చేయవచ్చు.

- అంతకుముందు ఉదాహరణలో చూపినట్టుగా, తీసివేతని ఒక సంఖ్యకి కూడే ప్రక్రియగా మార్చుకోవటం.

• పక్కకి తీసుకునివెళ్ళే ప్రసక్తి లేకుండా, ఏ అంకెకి ఆ అంకెని తీసివేయటం

మొదటి పద్ధతిని చూద్దాం.

6869ని ఒక్కొక్క అంకె పైనా గీతపెట్టి రాస్తాము, అది రుణాంక అంకెగా చూపించానికి.

$$\begin{array}{r} 8\ 9\ 8\ 8 \\ +\ \overline{6}\ \overline{8}\ \overline{6}\ \overline{9} \\ \hline 2\ 1\ 2\ 1 \\ \hline \end{array}$$

ఇది 2119తో సమానం. ఇక్కడ ఒకట్ల స్థానంలో 8+9 చేస్తే వస్తుంది 1.

ఇప్పుడు రెండో పద్ధతిని చూద్దాం

పక్కకి తీసుకెళ్ళే ప్రసక్తి పెట్టుకోకుండా, తేలిగ్గా ఒక్కొక్క అంకెని తీసివేసినా, అదే జవాబుని పొందవచ్చు.

ఈ ప్రక్రియని చూద్దాం.

$$\begin{array}{r} 8\ 9\ 8\ 8 \\ \overline{6}\ \overline{8}\ \overline{6}\ \overline{9} \\ \hline 2\ 1\ 2\ 1 \\ \hline \end{array}$$

ఇక్కడ, ఒకట్ల స్థానంలో 8 -9 చేస్తే వస్తుంది 1. దాన్ని మిశ్రాంక్ నుంచి వెనక్కి అసలు సంఖ్యకి మారిస్తే వస్తుంది జవాబు 2 1 1 9.

ఇ) గుణకారంలో ఉపయోగించే విధానం

ఉదాహరణ 1 : 69ని 48తో హెచ్చువేసే విధానాన్ని పరిగణలోకి తీసుకుందాం.

అధ్యాయం 5లో వివరించిన క్రాస్ మల్టిప్లికేషన్ పద్ధతిని ఉపయోగించి ఈ ప్రక్రియని కొనసాగించవచ్చు. మిశ్రాంక్ కాని అంకెలని మిశ్రాంక్ అంకెలలోకి మార్చుకుంటే లెక్కకట్టటం మరింత తేలికవుతుంది. ఆ పద్ధతెలాగో ఈ క్రింద చూద్దాం.

$6\ 9 = 7\ \overline{1}$

$4\ 1 = 5\ \overline{2}$

ఇప్పుడు ఈ రెండు సంఖ్యల క్రాస్ మల్టిప్లికేషన్ చేద్దాం.

$$\begin{array}{r} 7\ \ \overline{1} \\ \times\ 5\ \ \overline{2} \\ \hline 35 : \overline{1}\overline{9} : 2 \end{array}$$

$: 34 : \overline{9} : 2$ (1ని ఎడమపక్కకి తీసుకు వెళ్ళి 35 కి కూడితే వస్తుంది 34)

$= 33 : 1 : 2$

$= 3312$

ఉదాహరణ 2 : 882ని 297తో హెచ్చవేసే విధానాన్ని పరిగణలోకి తీసుకుందాం.

వాటికి తదనుగుణమైన మిశ్రాంక్ అంకెలు

$8\ 8\ 2 = 9\ \overline{2}\ 2$ (పదుల స్థానంలో ఉన్న 8ని మార్చాం కాని, వందల స్థానంలో ఉన్న 8ని మార్చలేదు)

$2\ 9\ 7 = 3\ 0\ \overline{3}$

ఇప్పుడు, ఈ రెండు సంఖ్యల క్రాస్ మల్టిప్లికేషన్ చేద్దాం.

$$\begin{array}{r} 9\ \ \overline{2}\ \ 2 \\ \times\ \ 3\ \ 0\ \ \overline{3} \\ \hline 27 : \overline{6} : 2\ \overline{1} : 6 : 6 \\ \hline \end{array}$$

$= 27 : \overline{8} : \overline{1} : 6 : \overline{6}$

$= 26 : 1 : 9 : 5 : 4$

$= 261954$

ఎఫ్) భాగాహారంలో అనువర్తించే విధానం

ఉదాహరణ 1 : 25382ని 77తో భాగించే విధానాన్ని పరిగణలోకి తీసుకుందాం.

77ని 83గా రాయవచ్చు. ఒకట్ల స్థానంలో ఉన్న 7ని దాని మిశ్రాంక అంకెగా మారుస్తాము.

$8\bar{3}$	<u>25</u>	3	8	:	2	0	0	0
		1	6		2	1	4	1
		-(-9)	-(-6)		-(-27)	-(-18)	-(-9)	- (-18)
		22	*74*		*49*	*28*	*49*	*28*
	3	2	9	:	6	3	6	3

అంతకు ముందు వివరించిన పద్ధతిలోనే భాగాహారం కొనసాగుతుంది. ఏ వరుసలోనూ ఏమీ మార్పులూ చేర్పులూ చేయనక్ఖరలేదని గమనిస్తారు. పైపెచ్చు అతి వేగంగానూ చేయవచ్చు

చివరి జవాబు 329. దాని శేషం 49 లేదా దశాంశరూపంలో జవాబు 329.6363

జి) వర్గాల్లో అనువర్తించే విధానం

ఏదైనా సంఖ్యకి వర్గం కనుక్కోవాలంటే, అనేక సంఖ్యలకి డ్యూప్లెక్స్ విలువలని లెక్కకట్టటం మరింత విసుగ్గా ఉంటుంది. ఇప్పుడు మిశ్రాంక అంకెల గారడీ చూద్దాం.

897 = 9 0 3

= 1 1 0 3

రెండు మిశ్రాంక విలువలూ సరియైనవే.

ఇప్పుడు ఇచ్చిన సంఖ్యకి వర్గం కట్టి, వచ్చిన సంఖ్యలకీ లెక్కకట్టి వాటిని పోల్చి చూద్దాం.

897^2 = 64/144/193/126/49 = 804609

903^2= 81/0/54/0/9 = 815 409 = 804609

ఇప్పుడు మనకి వచ్చిన ఇంకో మిశ్రాంక విలువని చూద్దాం అంటే 1103

1103^2 = 1/2/1/6/6/09 = 816609 = 804609 అంతకుముందులాగే.

ఎంత తేలిగ్గా లెక్కకట్టామో మీరే చూసారు కదా!

హెచ్) ఘనాలలో అనువర్తించే విధానం

89 ఘనాన్ని పరిగణలోకి తీసుకుందాం. $89^3 = 704969$

మిశ్రాంక్‌ని ఉపయోగించకుండా లెక్కకట్టిన విధానం ఈ క్రింది విధంగా ఉంటుంది.

$$
\begin{array}{lcccc}
89^3 = & 512 & 576 & 648 & 729 \\
 & & 1152 & 1296 & \\
\hline
 & 704 & 9 & 6 & 9
\end{array}
$$

ఇలా లెక్కకట్టటం చాలా అవస్థతో కూడినదై, మనకు వినుగు పుట్టిస్తుంది.

దీన్నే మిశ్రాంక్‌లోకి మార్చి, జవాబేమిటో చూద్దాం.

$$89 = 9\bar{1}$$

$$
\begin{array}{lcccc}
9\bar{1}^3 = 729 & \bar{8}\,\bar{1} & 9 & \bar{1} & \\
 & \bar{1}\,\bar{6}\,\bar{2} & 18 & & \\
\hline
729 : & \bar{2}\,\bar{4}\,\bar{3} : & 27 : & \bar{1} & \\
= 705 : & \bar{1} : & 7 : & \bar{1} & \\
\hline
= 704969 & & & &
\end{array}
$$

ఇది ఎంత తేలికో, అంత వేగంగా చేయవచ్చు.

ప్రతి ఒక్క ప్రక్రియలోనూ, దానికి అనుబంధ మిశ్రాంక్ సంఖ్యని చాలా తేలిగ్గానూ, అతి వేగంగానూ పొందగలమని గమనించారు కదా. ఈ పద్ధతిని శక్తివంతంగా ఉపయోగించుకోవాలంటే పాఠకుడు చేయాల్సింది ఒక్కటే. సంఖ్యలని వాటి మిశ్రాంక్ సంఖ్యలుగా మార్చటం, మళ్ళీ వెనక్కి మార్చగలగటంలో ఆరితేరాలి.

46. మిశ్రాంక్ వాడకానికి ఉదాహరణలు

వరుసక్రమం	ఉదాహరణ	జవాబు
1.	7988+1786-1233-2146	6395
2.	19.56-67.87+72.35	24.04

3.	2352-1779	573
4.	34.23-2.69	31.54
5.	69×88	6072
6.	97×38	3686
7.	189×278	52542
8.	77.7×5.78	449.106
9.	78.94×69.97	5523.4318
10.	779^2	606841
11.	47.8^2	2284.84
12.	7251/49	147.97959
13.	1279/59	21.677966
14.	49492/572	86.52447
15.	29^3	24389

అధ్యాయం 14

సమకాల సమీకరణాలు

సమకాల సమీకరణాల గురించి అందరికీ తెలిసిన విషయమే. ఇందులో మనం రెండు సమీకరణాలలో, రెండు తెలియని చలరాశులని అంటే x, y లని సాధించాలి.

సాంప్రదాయ పద్ధతిలో రెండు సమీకరణాలలోని రెండు చలరాశులలో ఏదో ఒక దాన్ని అంటే x లేదా y గుణకాలు (కో ఎఫిషియెంట్స్) సమానమయ్యేటట్టుగా ఒక అనువైన సంఖ్యతో హెచ్చవేస్తాము. అప్పుడు వాటిని సమీకరణాలలోంచి తీసివేస్తే, ఒక తెలియని చలరాశి తెలుపుతూ ఒక్క సమీకరణం మిగులుతుంది.

సమీకరణాలని సాధించటానికి ఇంత పెద్ద తతంగం చేయనవసరం లేకుండా, వేద గణితం తేలిక పద్ధతిని సూచిస్తుంది. దానివల్ల x మరియు y విలువలని ఒక్క వాక్యంలో ఇస్తుంది. ఇది 'క్రామర్స్ రూల్'ని పోలి ఉండవచ్చు కాని, గుర్తుంచుకోవటానికీ, ఉపయోగించటానికీ చాలా తేలిక.

సమకాల సమీకరణాల జతలని పరిగణనలోకి తీసుకుందాం. వాటి చలరాశులు x మరియు y

ఉదాహరణ : $4x+7y = 5$ .....(1)

$3x+9y = 10$ .....(2)

ఇటువంటి సమకాల సమీకరణాలని సాధించటానికి వాడే సాంప్రదాయ పద్ధతిలో, తెలియని చలరాశులలో ఏదో ఒక చలరాశి గుణకాలని సమానం చేసి, తెలియని చలరాశి విలువని సాధిస్తాం. పైన ఇచ్చిన ఉదాహరణ సమీకరణం (1)ని 3తోనూ, సమీకరణం (2)ని 4తోనూ హెచ్చవేసి, ఒకదాన్నుంచి ఇంకోటి తీసివేయండి.

$12x+21y = 15$ ... (1)

$12x+36y = 40$ ... (2)

$-\quad -\quad -$

$-15y = -25$

అంటే $y = 5/3$

y యొక్క ఈ విలువని సమీకరణం (1)లో ప్రతిక్షేపిస్తే, మనకిలా వస్తుంది.

$4x+7*(5/3) = 5$

అంటే $4x = -20/3$

$\therefore x = -5/3$

ఇప్పుడు మనం వేదగణితంలో ఇచ్చిన పద్ధతులని చూద్దాం.

2 తెలియని చలరాశుల సమీకరణాలని 3 తెగల కింద విభజించవచ్చు. ఒక్కొక్కదానికీ పద్ధతులని చూద్దాం.

x లేదా y గుణకాల నిష్పత్తి స్థిరరాశుల నిష్పత్తిలో ఒకటే అయినప్పుడు

x మరియు y గుణకాల నిష్పత్తి తారుమారయినప్పుడు

ఈ రెండు తెగల్లోకీ రాని తక్కిన అన్ని రకాలూ

తెగ 1 :

ఈ ఉదాహరణని పరిగణలోకి తీసుకుందాం:

$3x+4y = 10$

$5x+8y = 20$

ఈ ఉదాహరణలో y గుణకాల నిష్పత్తి $4/8 = 1/2$. స్థిరరాశుల నిష్పత్తి $10/20 = 1/2$

రెండూ సమానంగా ఉన్నాయి కాబట్టి ఇటువంటప్పుడు x విలువ 0 తో సమానం. ఒకవేళ x గుణకాలు కనుక ఒకే నిష్పత్తిలో ఉంటే, అప్పుడు y విలువ సున్నా అవుతుంది.

$x = 0$ ని ప్రతిక్షేపించటం ద్వారా y విలువని మొదటి సమీకరణం నుంచి పొందవచ్చు. సమీకరణం ఇలా వస్తుంది.

$$4y = 10$$

లేదా $y = 5/2$

తెగ 2 :

ఇప్పుడు x మరియు y గుణకాలు తారుమారయినప్పుడు, సమకాల సమీకరణాలను సాధించే పద్ధతిని పరిగణలోకి తీసుకుందాం. ఈ క్రింద ఇచ్చిన ఉదాహరణని చూద్దాం.

$$45x - 23y = 113 \quad \text{... (1)}$$

$$23x - 45y = 91 \quad \text{... (2)}$$

ఇచ్చిన సమీకరణాలు రెండింటినీ మొదట కూడి, తర్వాత తీసివేద్దాము. అప్పుడు కింద చూపించినట్టుగా మనకి తేలికపరచిన జత వస్తుంది.

$$68x - 68y = 204 \quad \text{... (3)}$$

$$22x + 22y = 22 \quad \text{... (4)}$$

సమీకరణం (3)ని 68తోనూ, సమీకరణం (4)ని 22తోనూ భాగిస్తే వస్తుంది

$$x - y = 3 \quad \text{... (5)}$$

$$x + y = 1 \quad \text{... (6)}$$

ఇది చాలా తేలిక జత. ఇది మనకి విలువలని ఇస్తుంది ఇలా.

$$x = 2, \ y = -1$$

తెగ 3 :

ఏదో ఒక సమకాల సమీకరణాన్ని సాధించే పద్ధతిని పరిగణలోనికి తీసుకుందాం. ఈ అధ్యాయం మొదట్లో సాధించిన ఉదాహరణని పరిగణలోకి తీసుకుందాం.

$$4x + 7y = 5 \quad \text{... (1)}$$

$$3x + 9y = 10 \quad \text{... (2)}$$

దీన్ని మనం ఈ క్రింద చూపినట్టుగా ఒక గుణకాల జతగా చేద్దాం.

a b c

p q r

అంటే a = 4, b = 7, c = 5, p = 3, q= 9, r = 10

పై వరుసలో మధ్యలోఉన్న గుణకాలతో అంటే b తో మొదలెట్టి, x విలువని ఈ సూత్రం ఉపయోగించి పొందుతాము.

$$x = \frac{b * r - c * q}{b * p - a * q}$$

ఈ సూత్రంలో విరివిగా వాడిన క్రాస్ మల్టిప్లికేషన్‌ని గమనించండి.

b * r మరియు c * q లు క్రాస్ మల్టిప్లికేషన్లు, మధ్యనుంచి కుడిపక్కకి.

అలాగే b * p మరియు c*q లు క్రాస్ మల్టిప్లికేషన్లు, మధ్యనుంచి ఎడమ పక్కకి.

y విలువ పొందాలంటే

$$y = \frac{c * p - a * r}{b * p - a * q}$$

ఇక్కడ కూడా c * p మరియు a * r లు క్రాస్ మల్టిప్లికేషన్లు. డినామినేటర్ అంతకు ముందు దానిలాగే వస్తుంది.

అందువల్ల, $x = \frac{7 * 10 - 5 * 9}{7 * 3 - 4 * 9}$

$$\frac{70 - 45}{21 - 36} = 25/(-15) = -(5/3)$$

మరియు $y = \frac{5*3 - 4*10}{(-15)} = \frac{15 - 40}{(-15)}$

$= -25/(-15)$

$5/3$

47. సాధన కోసం అభ్యాసాలు:

a) $2x+3y = 8$
$4x+5y = 14$ .... $x=1, y=2$

b) $x-y=7$
$5x+2y= 42$ .... $x=8, y=1$

c) $2x+y = 5$
$3x-4y = 2$ .... $x=2, y=1$

d) $5x-3y= 11$
$6x-5y= 9$ .... $x= 4, y=3$

e) $11x+6y = 28$
$7x-4y = 10$ .... $x= 2, y=1$

f) $12x+8y= 7$
$16x+16y = 14$ .... $x = 0, y = 7/8$

g) $6x+7y = 8$
$19x+ 14y = 16$ .... $x= 0, y = 8/7$

h) $9x + 2y = 2$
$3x + 5y = 5$ .... $x = 0 \quad y =1$

i) $37x + 29y = 95$
$29x+ 37y= 103$ .... $x = 1, y = 2$

j) $12x+ 17y= 53$
$17x + 12y = 63$ .... $x = 3, y = 1$

15 అధ్యాయము

డోలకాలు

ఇచ్చిన సంఖ్యని 9 లేదా 1 లేదా వాటి గుణిజాలతో ముగిసే విభాజకాలతో భాగించగలమో లేదో పరీక్షించటానికి 'డోలకాలు' (ఆస్కులేటర్స్) సిద్ధాంతం ఉపయోగకరంగా ఉంటుంది.

ఉదా: ఈ సంఖ్యలు భాగింపదగినవా చూద్దాం. 52813ని 59 తో లేదా
32521ని 31తో లేదా
35213ని 13 లేదా 17తో

డోలకం అంటే 9 లేదా 1తో ముగిసే ఏదైనా ఒక సంఖ్య. దాన్ని ఈ అధ్యాయంలో వివరించిన ఒక తేలిక పద్ధతి ద్వారా పొందుతాము.

కేవలం ఈ రెండు తెగల సంఖ్యలనే, అంటే 9 లేదా 1లతో ముగిసే సంఖ్యలనే పరిగణలోకి తీసుకుంటే, డోలకాల ఉపయోగం పరిమితమైపోతుంది. తమాషాగా, 3 మరియు 7తో ముగిసే సంఖ్యలని కూడా 1 లేదా 9తో ముగిసే సంఖ్యలుగా మలచుకోవచ్చు ఒక అనువైన హెచ్చువేత చేసి. ఇటువంటి సంఖ్యలన్నిటికీ కూడా ఇదే పద్ధతులని వాడవచ్చు.

డోలకాలను రెండు ముఖ్యమైన రకాలుగా విభజించవచ్చు. అంటే ధనాంక మరియు రుణాంక రకాలు. అది సంఖ్య 9తో ముగుస్తుందా, 1తో ముగుస్తుందా అన్న దానిమీద ఆధారపడుతుంది.

ధనాంక డోలకాలు

9తో ముగిసేసంఖ్యల డోలకాన్ని ధనాంక డోలకంగా పరిగణిస్తారు.

అది వచ్చే తీరు :

- 9ని వదిలేయాలి.
- మిగిలిన సంఖ్యకి 1 కలపాలి.

19కి డోలకం 2, 29కి 3, 59కి 6. ఇచ్చిన సంఖ్య 9తో ముగియకుండా 1 లేదా 3 లేదా 7తో ముగిస్తే, వాటిని మనం 9,3,లేదా 7లతో వరుసగా హెచ్చవేసి, 9తో ముగిసే సంఖ్యగా మలచుకుంటే, అప్పుడు దానికి డోలకం కట్టటం తేలిక. వచ్చిన 9ని వదిలేసి సంఖ్యకి 1 కలిపితే వచ్చేస్తుంది.

అనేక రకాల సంఖ్యలకి డోలకాలను ఎలా లెక్కకట్టాలో చూపిస్తూ కింద కొన్ని ఉదాహరణలు ఇవ్వబడ్డాయి.

ఒక సంఖ్యకి డోలకాన్ని ఎప్పుడైతే లెక్కకట్టామో, అప్పుడు ఆ సంఖ్యని భాగించగలమో లేదో పరిశీలించటం చాలా తేలిక వ్యవహారమవుతుంది.

ఉదాహరణ : 228ని 19తో భాగించగలమో లేదో పరీక్షిద్దాం.

దశలు :

- విభాజకము 19 (డివైజర్ 19)కి డోలకం కడితే వస్తుంది 2.

దశ 1 :

- విభాజ్యములో కుడిపక్క అంకె (8) నుంచి లెక్కకట్టటం మొదలెట్టండి.
- దాన్ని డోలకంతో హెచ్చవేస్తే వస్తుంది 16 (8×2)

దశ 2 :

- దానికి ఎడమపక్క ఉన్న అంకెకి కలిపితే వస్తుంది 18 (16+2)
- దాన్ని డోలకంతో హెచ్చవేస్తే వస్తుంది 36 (18×2)
- దాంట్లోంచి విభాజకము యొక్క గుణిజాల్లో ఏది కుదిరితే, అది తీసివేయండి.

అందువల్ల, అందులోంచి 19 తీసేస్తే వస్తుంది 17.

దశ 3 :

- దాన్ని దానికి ఎడమపక్కనున్న అంకెకి కలిపితే వస్తుంది 19 (17+2)
- 19ని 19 చేత భాగించవచ్చు కాబట్టి, ఇచ్చిన సంఖ్యని కూడా 19తో భాగించగలము.

వివిధ సంఖ్యలకి ధనాంక డోలకాలను లెక్కకట్టటం.

ఇచ్చిన సంఖ్య ముగుస్తుంది దీంతో	పద్ధతి	ఇచ్చిన సంఖ్య	డోలకం
9	9 వదిలేసి,	9	1
	దానిముందున్న	19	2
	అంకెకు 1 కలపండి	29	3
3.	ఇచ్చిన సంఖ్యని 3తో	13 → 39	4
	హెచ్చువేయండి	23 → 69	7
1	ఇచ్చిన సంఖ్యని 9తో	21 →189	19
	హెచ్చువేయండి	11 → 99	10

48. ఈ క్రింది సంఖ్యలకు 19తో భాగింపబడే లక్షణాలను పరీక్షించటానికి ఉదాహరణలు

వరుసక్రమం	ఇచ్చిన సంఖ్య	భాగింపబడే లక్షణం
1	21	లేదు
2.	57	ఉంది
3.	131	లేదు
4.	225	లేదు
5.	437	ఉంది
6.	2337	ఉంది
7.	2774	ఉంది

8.	1015949	ఉంది
9.	11021232	లేదు
10.	13201999	లేదు
11.	665	ఉంది
12.	11628	ఉంది
13.	48412	ఉంది
14.	1765489	లేదు
15.	2100897	లేదు
16.	10162915	లేదు
17.	4773	లేదు
18.	2169	లేదు
19.	4655	ఉంది
20.	6783	ఉంది

49. **ఈ క్రింది సంఖ్యలకు 29తో భాగింపబడే లక్షణాలను పరీక్షించటానికి ఉదాహరణలు.**

వరుస క్రమం	ఇచ్చిన సంఖ్య	భాగింపబడే లక్షణం
1.	62	లేదు
2.	87	ఉంది
3.	242	లేదు
4.	232	ఉంది
5.	319	ఉంది
6.	522	ఉంది
7.	2119	లేదు
8.	32896	లేదు
9.	93148	లేదు
10.	2434521	ఉంది
11.	3420675	లేదు
12.	87519	లేదు
13.	45936	ఉంది

14.	1586909	ఉంది
15.	137779	ఉంది
16.	622224	ఉంది
17.	16598632	లేదు
18.	59678	లేదు
19.	149292	ఉంది
20.	819	లేదు

50. ఈ క్రింది సంఖ్యలకు 13తో భాగింపబడే లక్షణాలను పరీక్షించటానికి ఉదాహరణలు.

వరుస క్రమం	ఇచ్చిన సంఖ్య	భాగింపబడే లక్షణం
1.	52	ఉంది
2.	78	ఉంది
3.	143	ఉంది
4.	162	లేదు
5.	14061	లేదు
6.	42705	ఉంది
7.	33054	లేదు
8.	273273	ఉంది
9.	6877	ఉంది
10.	59709	ఉంది
11.	438709	లేదు
12.	269017	లేదు
13.	995683	ఉంది
14.	18876	ఉంది
15.	80369	లేదు
16.	428531	లేదు
17.	326690	ఉంది
18.	926159	ఉంది
19.	8133	లేదు
20.	14631	లేదు

51. భాగింపబడే లక్షణాలను పరీక్షించటానికి ఉదాహరణలు- మిశ్రమ ఉదాహరణలు

వరుస క్రమం	ఇచ్చిన సంఖ్య	విభజించే సంఖ్య	భాగింపబడే లక్షణం
1.	161928	39	ఉంది
2.	5332	49	లేదు
3.	10385	49	లేదు
4.	59383	49	లేదు
5.	1092	21	ఉంది
6.	27962	11	ఉంది
7.	21953	53	లేదు
8.	4914	39	ఉంది
9.	33803	79	లేదు
10.	33733	79	ఉంది
11.	41019	33	ఉంది
12.	11203	29	లేదు
13.	21098	31	లేదు
14.	14705	19	లేదు
15.	145245	69	ఉంది
16.	10891	29	లేదు
17.	36429	21	లేదు
18.	2019	19	లేదు
19.	21217	49	ఉంది
20.	22149	69	ఉంది

రుణాంక డోలకాలు:

ఇప్పుడు మనం రుణాంక డోలకాలను పరిగణలోకి తీసుకుందాం. అవి 1తో ముగిసే సంఖ్యలకి నిర్వచనాలు.

1తో ముగిసే సంఖ్యకి రుణాంక డోలకాలను పొందటానికి:

● వదిలేయండి 1

● మిగిలిన సంఖ్య అవుతుంది డోలకం

11 కి1, 21కి 2, 61కి 6 అవుతాయి డోలకాలు

ఇచ్చిన సంఖ్య ముగుస్తుంది దీంతో	పద్ధతి	ఇచ్చిన సంఖ్య	డోలకం
9	ఇచ్చిన సంఖ్యని 9తో హెచ్చవేయండి	9 → 81 19 → 171	8 17
7	ఇచ్చిన సంఖ్యని 3తో హెచ్చవేయండి	7 → 21 17 → 51	2 5
3	ఇచ్చిన సంఖ్యని 7తో హెచ్చవేయండి	13 → 91 23 → 161	9 16
1	కేవలం 1ని వదిలేయండి	21 31	2 3

ఉదాహరణ : 2793కి 21తో భాగింపబడే లక్షణం ఉందా లేదా చేసుకొద్దాం.

దశలు:

● విభాజకము(21) యొక్క డోలకంతో మొదలెట్టండి. అది 2.

● కుడిపక్క చివర రెండో అంకె నుంచి ఒకటి విడిచి ఒకదానికి వాటిపైన ఒక గీత పెట్టండి రుణాంక అంకెగా సూచిస్తూ

$\overline{2}$ 7 $\overline{9}$ 3

దశ 1:

● విభాజ్యములో కుడిపక్క చివర ఉన్న అంకె (3) నుంచి లెక్కకట్టటం మొదలెట్టండి.

● దాన్ని డోలకంతో హెచ్చవేస్తే వస్తుంది 6 (3×2)

దశ 2 :

- దానికి ఎడమపక్క ఉన్న అంకెకి కూడితే వస్తుంది 3 (6+9)
- దాన్ని డోలకంతో హెచ్చవేస్తే వస్తుంది 6 (3×2)
- దాంట్లోంచి విభాజకము యొక్క గుణిజాల్లో ఏది కుదిరితే, అది తీసివేయండి. ఇక్కడ ఏమీ తీసివేయలేము.

దశ 3 :

- దాన్ని దానికి ఎడమపక్క అంకెకి కూడితే వస్తుంది 1 (7+6)
- దాన్ని డోలకంతో హెచ్చవేస్తే వస్తుంది 2 (1×2)

దశ 4 :

- దాన్ని దానికి ఎడమపక్కనున్న అంకెతో కూడితే వస్తుంది 0 (2+2)
- దాన్ని డోలకంతో హెచ్చవేస్తే వస్తుంది 0 (0×2)

21ని 0తో భాగించగలము కాబట్టి, ఇచ్చిన సంఖ్యని కూడా 21తో భాగించగలము.

52. 21తో భాగింపబడే లక్షణాలను పరీక్షించటానికి ఉదాహరణలు:

వరుస క్రమం	ఇచ్చిన సంఖ్య	భాగింపబడే లక్షణం
1.	318	లేదు
2.	315	ఉంది
3.	25914	ఉంది
4.	5377	లేదు
5.	53.403	ఉంది
6.	132.71	లేదు
7.	29883	ఉంది
8.	67221	ఉంది
9.	1563.91	లేదు
10.	41075	లేదు
11.	24356	లేదు
12.	452823	ఉంది

13.	449505	ఉంది
14.	2528.61	ఉంది
15.	44186.52	ఉంది
16.	4557	ఉంది
17.	15603	ఉంది
18.	337	లేదు
19.	1546	లేదు
20.	34712	లేదు

53. 31తో భాగింపబడే లక్షణాలను పరీక్షించటానికి ఉదాహరణలు.

వరుస క్రమం	ఇచ్చిన సంఖ్య	భాగింపబడే లక్షణం
1.	6603	ఉంది
2.	6604	లేదు
3.	44020	ఉంది
4.	52793	ఉంది
5.	404395	ఉంది
6.	126307	లేదు
7.	15349	లేదు
8.	624061	ఉంది
9.	3763.09	ఉంది
10.	53227	ఉంది
11.	21063	లేదు
12.	20134	లేదు
13.	99231	ఉంది
14.	35061	ఉంది
15.	41209	లేదు
16.	77321	లేదు
17.	3295	లేదు

18	57474	ఉంది
19.	45663	ఉంది
20.	2134	లేదు

54. మిశ్రమ ఉదాహరణలు

వ. క్రమం	ఇచ్చిన సంఖ్య	విభజించే సంఖ్య	భాగింపబడే లక్షణం
1.	11235	41	లేదు
2.	11234	41	ఉంది
3.	18733	41	లేదు
4.	12213054	61	ఉంది
5.	12954	51	ఉంది
6.	1185393	51	ఉంది
7.	31682	31	ఉంది
8.	111888	31	లేదు
9.	51112	21	లేదు
10.	216993	21	ఉంది
11.	11775	41	లేదు
12.	10223	51	లేదు
13.	210661	11	ఉంది
14.	179456	41	లేదు
15.	179445	61	లేదు
16.	113465	11	ఉంది
17.	213111	21	లేదు
18.	101989	41	లేదు
19.	11669	31	లేదు
20.	158661	51	ఉంది

వేదగణితం అనువర్తించే విధానం

అధ్యాయం 16

ఇప్పుడు ఈ పుస్తకంలో అత్యంత ఉత్సాహభరితమైన అధ్యాయానికి వస్తున్నాము. ఇందులో మనం ఇంతవరకూ నేర్చుకున్న పద్ధతులని అనువర్తించే విధానాన్ని నేర్చుకుంటాం. ఈ అధ్యాయంలో ఇచ్చిన లెఖ్ఖలని చదివి, సాధించాక, అనేక విభిన్నమైన లెఖ్ఖలని వేదగణితంలోని తేలికైన, అద్భుతమైన పద్ధతులని ఉపయోగించి చేస్తే, ఎంత అంతులేని ఆనందం పొందవచ్చో, పాఠకుడు గ్రహిస్తాడు.

ఈ అధ్యాయాన్ని 3 భాగాలుగా విభజించాము. మొదటి భాగంలో, అనేక కాంపిటీటివ్ ఎగ్జామ్స్‌లోంచి యిచ్చిన ప్రశ్నల్లోంచి ఇరవయి ప్రశ్నలు ఏరటం జరిగింది. పాఠకుడు తనంతతాను ఈ లెఖ్ఖలని సాధించి, దానికి తను తీసుకున్న సమయం అంచనా వేసుకోవాలనే ఉత్సాహాన్ని పెంపొందించటం మొదటి భాగం ఉద్దేశం. రెండో భాగంలో ఈ లెఖ్ఖలను వేదగణితం ద్వారా సాధించి చూపుతుంది. అది ఏ అధ్యాయం ఆధారంగా వస్తుందో, ఆ అధ్యాయాన్ని సూచించటం కూడా జరిగింది. జవాబులు టూకీగా ఉన్నాయి కాని బాగానే అర్థం చేసుకోవచ్చు. ఇంతవరకూ తను నేర్చుకున్న పద్ధతుల్లో ఏ పద్ధతిని ఉపయోగించామో పాఠకుడు ఇట్టే పట్టేయవచ్చు. ఎంత తేలిగ్గా ఎంత సమర్థవంతంగా చేయవచ్చో చూసి మురిసిపోతాడు. మూడవ భాగంలో, సాధన కోసం మరికొన్ని లెఖ్ఖలు ఇవ్వటం జరిగింది. పాఠకుడు వాటిని సాధించి, వేదగణితంలో ప్రావీణ్యం పొందాలన్నది మా ఉద్దేశం.

మచ్చుకి కొన్ని లెఖ్ఖలు

1) అత్యంత పెద్ద విలువ ఉండి, సంపూర్ణ వర్గం అయిన 6-అంకెల సంఖ్య ఏది?

2) ఒక చతురస్రం యొక్క పొడుగు, వెడల్పులని వరుసగా 5% పెంచీ, తగ్గిస్తే దాని వైశాల్యం ఎంత శాతం పెరిగింది లేదా తరిగింది?

3) 896×896-204×204ని లెక్కకట్టండి.

4) 1 నుంచి 24 వరకూ ఉన్న సంఖ్యల్లో అన్ని అంకెలనీ రాస్తే, అలా ఏర్పడిన సంఖ్యని 9తో భాగించగలమా?

5) ఈ క్రింది సంఖ్యని 11చేత భాగించగలిగితే, * విలువ ఎంత?

- 8287 * 845
- * 381

6) ఈ క్రింది సంఖ్యల్లో వేటిని 99తో భాగించవచ్చు?

135792, 114345, 3572404, 913464

7) 781×819ని లెక్క కట్టండి

8) ఒక తోటమాలి 103041 చెట్లను పాతాడు. వాటిని ఎలా పాతాడాంటే ఒక వరుసలో ఎన్ని చెట్లున్నాయో, అన్ని వరుసలు ఉన్నాయి. ఎన్ని వరుసలున్నాయో కనుక్కోండి.

9) 511^2 విలువని కనుక్కోండి.

10) ఒక పెట్టెలో కొన్ని సుద్దముక్కల (చాక్‌పీస్)ప్యాకెట్లు పెట్టారు. అవి ఘనం రూపంలో ఉన్నాయి. మొత్తం ప్యాకెట్ల సంఖ్య 2197 అయితే, ఒక్కొక్క అరలోనూ ఎన్ని అడ్డ వరుసల ప్యాకెట్లు ఉన్నాయో కనుక్కోండి.

11) $a+b=10, ab=1$ ఇచ్చారు. a^4+b^4 విలువని లెక్కకట్టండి.

12) ఒక పల్లెటూరిలో జనాభా సంఖ్య ఏడాదికి 5% చొప్పున పెరుగుతూ వస్తోంది. ఏదో ఒక ఏడాదిలో జనాభా సంఖ్య 80000 అయితే 3 ఏళ్ళ తర్వాత దాని జనాభా సంఖ్య ఎంత?

13) ఒక గది పొడవు= 24మీ. వెడల్పు=8 మీ. ఎత్తు = 6 మీటర్లు ఉంటే దానిలో సరిపోయే అత్యంత పెద్ద ఇనుప ఊచ పొడవు ఎంత?

14) ఒక సంఖ్యని 8% తో పెంచి, 3%తో తగ్గిస్తే, వాటి మధ్య వ్యత్యాసం 407. అసలు సంఖ్య ఏమిటి?

15) 500 రూపాయలు ఏడాదికి చక్రవడ్డీ వల్ల 2 సంవత్సరాలలో 583.20కి పెరుగుతుంది. వడ్డీ ధర ఎంత?

16) 19107 సంఖ్యని 2:7 నిష్పత్తిలో 2 భాగాల్లో విభజించారు. ఆ రెండు సంఖ్యలని కనుక్కోండి.

17) 21436 రూపాయలను 92 మంది అబ్బాయిలకి పంచారు. ఒక్కొక్క అబ్బాయికీ ఎన్ని రూపాయలు వస్తాయి?

18) 1399^2 లెక్కకట్టండి.

19) 397 * 397+397* 104+104* 104+397*104ని లెక్కకట్టండి.

20) ఒక ఘనానికి ఒకవైపు ఉపరితల వైశాల్యం 225 సెం.మీ^{2}ఉంటే ఆ ఘనం యొక్క ఘనపరిమాణం ఎంత?

వేదగణితం ఉపయోగించి సాధనలు

1. అత్యంత పెద్ద విలువ ఉండి, సంపూర్ణ వర్గం అయిన 6- అంకెల సంఖ్య ఏది?

సాధన : 256 అంకెల సంఖ్యకి సరిగ్గా 3 అంకెల వర్గమూలం ఉంటుంది.

అత్యంత పెద్ద విలువ ఉన్న 3- అంకెల సంఖ్య 999.

అందువల్ల మనకి కావాల్సిన సంఖ్య 999 యొక్క వర్గం.

999 × 999 = 998001 (అధ్యాయం 1 చూడండి)

2. ఒక చతురస్రం యొక్క పొడుగు, వెడల్పులని వరుసగా 5% పెంచి, తగ్గిస్తే, దాని వైశాల్యం ఎంత శాతం పెరిగింది లేదా తరిగింది?

సాధన : పొడుగు, వెడల్పులని l మరియు b అనుకుందాం. వరుసగా కొత్త పొడుగు 1.05l ఉంటే, కొత్త వెడల్పు 0.95b ఉంటుంది. అందువల్ల కొత్త వైశాల్యం 1.05l×0.95b చేస్తే వస్తుంది. నిఖిలం పద్ధతి ద్వారా జవాబు వస్తుంది.

1.05×0.95 = 100/-25 = 0.9975

కొత్త వైశాల్యం 0.9975 lb.అందువల్ల వైశాల్యం ఇలా తగ్గుతుంది (1.0000-0.9975) అది 0.25% లేదా, తగ్గిన విలువని వచ్చిన జవాబులోంచి ఏకంగా కుడిపక్క జవాబుగా చదివేయవచ్చు. అంటే 100/-25.

3) 896×896 - 204×204ని లెక్కకట్టండి

సాధన : a^2-b^2 పద్ధతికి చెందిన లెఖ్ఖ ఇది. దీనికి చలరాశులు (a-b) మరియు(a+b) అందువల్ల దీనికి సాధన

(896-204) (896+204) = 692* 1100

= 761200 (అధ్యాయం 3 చూడండి)

4. 1 నుంచి 24 వరకూ ఉన్న సంఖ్యల్లో అన్ని అంకెలనీ రాస్తే, అలా ఏర్పడిన సంఖ్యని 9తో భాగించగలమా?

సాధన : అలా రాస్తే వచ్చే సంఖ్య ఇలా ఉంటుంది

123456789101112131415161718192021222324

మొదటి (నాచురల్ n) సంఖ్యల మొత్తం ఇలా వస్తుంది n(n+1)/2

అందువల్ల 24*25/2 = 300 లబ్ధము అవుతుంది. 3 శేషం అవుతుంది. అందువల్ల ఈ సంఖ్యని 9చేత భాగించలేము (అధ్యాయం 2 చూడండి)

5. ఈ క్రింది సంఖ్యని 11చేత బాగించగలిగితే , * విలువ ఎంత?

- 8 2 8 7 * 8 4 5
- * 3 8 1

సాధన : మొదటి సంఖ్యలో ఒకటి విడిచి ఒకదాని జతల మొత్తం ఇలా వస్తుంది. 22 మరియు (20+*)* విలువ 2 అయితే, వ్యత్యాసం సున్నా అవుతుంది. ఆ సంఖ్యని 11తో భాగించవచ్చు. అందువల్ల '*' = 2

రెండో సంఖ్యకి మొత్తాలు 4 మరియు (8+*) * విలువ 7 అయితే వ్యత్యాసం 11 అవుతుంది. ఆ సంఖ్యని 11తో భాగించవచ్చు. అందువల్ల * = 7

6. ఈ క్రింది సంఖ్యల్లో వేటిని 99తో భాగించవచ్చు?

135792, 114345, 3572404, 913464

సాధన : ఈ సంఖ్య 9తో, 11తో కూడా భాగింపబడాలి.

ఒక్కొక్క సంఖ్యకీ వరుసగా నవశేషం 0,0,7,0

అందువల్ల 3వ సంఖ్య భాగింపబడదు.

మిగిలిన వాటిలో, కేవలం 2వ సంఖ్యనే 11చేత భాగించగలము

(అధ్యాయం 3 చూడండి)

అందువల్ల 114345ని 99తో భాగించవచ్చు.

7) 781×819ని లెక్కకట్టండి.

సాధన : నిఖిలంలో ఆధారాన్ని 800గా వాడితే, ఈ విధంగా వస్తుంది.

7 8 1 - 1 9

8 1 9 +1 9

అప్పుడు వచ్చే లబ్ధం 800/-381

ఎడమపక్క భాగాన్ని 8తో హెచ్చవేస్తే, ప్రాధమిక ఆధారమైన 100కి మార్చవచ్చు. అప్పుడు వచ్చే జవాబు 6400/-381

అందువల్ల, ఎడమపక్కనుంచి 4 అప్పు తీసుకుంటే వచ్చే చివరి జవాబు 6396/19.

8) ఒక తోటమాలి 103041 చెట్లను పాతాడు. వాటిని ఎలా పాతాడంటే ఒక వరుసలో ఎన్ని చెట్లున్నాయో, అన్ని వరుసలు ఉన్నాయి. ఎన్ని వరుసలున్నాయో కనుక్కోండి.

సాధన : 103041 వర్గమూలాన్ని లెక్కకట్టండి.

	10	3	0	4	1
		1	1	0	0
6			-4	-4	-1
			6	0	0
	3	2	1.	0	0

అందువల్ల ఒక్కొక్క వరుసలో ఉన్న చెట్ల సంఖ్య 321

9) 511^2 విలువని కనుక్కోండి.

సాధన : 500ని ఆధారంగా మనసులో ఊహించుకుంటే

ఇలా వస్తుంది $511^2 = 522/121$

ఇప్పుడు ఆధారం వెయ్యికి దీన్ని మార్చండి జవాబులో ఎడమపక్క భాగాన్ని 2తో భాగించి

అందువల్ల చివరి జవాబు 261121

10) ఒక పెట్టెలో కొన్ని సుద్దముక్కల(చాక్‌పీస్) ప్యాకెట్లు పెట్టారు. అవి ఘనం రూపంలో ఉన్నాయి. మొత్తం ప్యాకెట్ల సంఖ్య 2197 అయితే, ఒక్కొక్క అరలోనూ ఎన్ని అడ్డ వరుసల ప్యాకెట్లు ఉన్నాయో కనుక్కోండి.

సాధన : అధ్యాయం 10 చూడండి. 2197 ఘనమూలం చూస్తే 13 వస్తుంది. అందువల్ల, ఒక్కొక్క అడ్డవరుసలోనూ 13 ప్యాకెట్లు వున్నాయి.

11) **$a+b=10$, $ab=1$ఇచ్చారు. a^4+b^4 విలువని లెక్కకట్టండి.**

సాధన : $a+b=10$, $ab=1$ కాబట్టి

$(a+b)^2 = a^2+b^2+2ab$

$a^2+b^2 = 100-2 = 98$

$(a^2+b^2)^2 = a^4+b^4+2a^2b^2$

$a^4+b^4 = (a^2+b^2)^2 - 2a^2b^2$

$98^2 - 2$

$9604-2 = 9602$ (98^2 నోటి లెఖ్ఖగా రావటానికి నిఖిలం పద్ధతిని పాటించండి)

12. ఒక పల్లెటూరిలో జనాభా సంఖ్య ఏడాదికి 5% చొప్పున పెరుగుతూ వస్తోంది. ఏదో ఒక ఏడాదిలో జనాభా సంఖ్య 80000 అయితే 3 ఏళ్ల తర్వాత దాని జనాభా సంఖ్య ఎంత?

సాధన : చివరి జనాభా సంఖ్య $= 80000\ (1+5/100)^3$

$= 80000\ (21/20)^3$

$= 10 * 21^3$

ఇప్పుడు 21^3 = 8 4 2 1

8 4

9 2 6 1

అందువల్ల జనాభా సంఖ్య ఉంటుంది 92610.

13) ఒక గది పొడవు = 24 మీ, వెడల్పు= 8 మీ, ఎత్తు = 6 మీటర్లు ఉంటే, దానిలో సరిపోయే అత్యంత పెద్ద ఇనుప ఊచ పొడవు ఎంత?

సాధన : అత్యంత పెద్ద ఇనుప ఊచ పొడవు L అనుకుందాం.

అప్పుడు $L^2 = 24^2+8^2+6^2$

$576+64+36 = 676$

అందువల్ల L = 26 మీ.

అధ్యాయాలు 8,9లలో ఉన్న పద్ధతులనుపయోగించండి, 24 వర్గం, 676 వర్గమూలం పొందటానికి.

14) ఒక సంఖ్యని 8%తో పెంచీ, 3% తో తగ్గిస్తే, వాటి మధ్య వ్యత్యాసం 407. అసలు సంఖ్య ఏమిటి?

సాధన : సంఖ్యని N అనుకుందాం.

ఇప్పుడు $(1.08N - 0.97N) = 407$

అందువల్ల $0.11\,N = 407$ (407ని 11తో భాగించవచ్చు)

అది ఇస్తుంది $N = 3700$

అందువల్ల, అసలు సంఖ్య 3700

15) 500 రూపాయలు ఏడాదికి చక్రవడ్డీ వల్ల 2 సంవత్సరాలలో 583.20కి పెరుగుతుంది. వడ్డీ ధర ఎంత?

సాధన : $583.20 = 500\,(1+r)^2$

$116.64 = (1+r)^2$

నిఖిలం ద్వారా మనకి తెలుసు $116.64 = 10.8^2$

అందువల్ల, మనకి కావాల్సిన వడ్డీధర 8%

16) 19107 సంఖ్యని 2:7 నిష్పత్తిలో 2 భాగాల్లో విభజించారు. ఆ రెండు సంఖ్యలని కనుక్కోండి.

సాధన : మొదటి సంఖ్య అవుతుంది (2/9)* 19107

ఇది 9తో భాగాహారం. అధ్యాయం 2 చూడండి. దీనికి జవాబు 4246.

రెండవ సంఖ్య 19107-4246. దీనికి మిశ్రాంక పద్ధతి వాడితే జవాబు వస్తుంది 14861.

17) 21436 రూపాయలు 92 మంది అబ్బాయిలకి పంచారు. ఒక్కొక్క అబ్బాయికీ ఎన్ని రూపాయలు వస్తాయి?

ఇది భాగాహారానికి చెందిన లెఖ్ఖ. అధ్యాయం 6 చూడండి.

9^{2}	21	4	3	: 6
		3	3	0
		-4	-6	-6
		30	*27*	*0*
	2	3	3	: 0

18) 1399^2 లెక్కకట్టండి.

సాధన : ఇచ్చిన సంఖ్యని మిశ్రాంక పద్ధతి ద్వారా మార్చండి 1401కి

ఇప్పుడు, $1401^2 = 1/9/{}_{1}6/2/8/0/1$

$= 1957201$

19) 397*397+397*104+104*104+397*104ని లెక్కకట్టండి.

సాధన : ఇచ్చిన లెఖ్ఖ ఇలా వస్తుంది.

$(397+104)^2 = 501^2$

$= 502/001$ (నిఖిలం ద్వారా)

$= 251/001$

20) ఒక ఘనానికి ఒకవైపు ఉపరితల వైశాల్యం 225 సెం.మీ^{2} ఉంటే, ఆ ఘనం యొక్క ఘనపరిమాణం ఎంత?

సాధన : ఏదో ఒక వైపు వైశాల్యం 225

అందువల్ల, ప్రతివైపు 15 సెం.మీ (25తో సంఖ్య ముగుస్తుంది కాబట్టి, వర్గమూలం 5తో ముగుస్తుంది. మొదటి అంకె రావాలంటే 1×2=2)

అందువల్ల ఘనపరిమాణం 15^3. దాని జవాబు 3375 సెం.మీ^{3}

సాధనకోసం లెఖ్ఖలు

1). ఒక దుకాణాదారునికి తన దగ్గర ఉన్న ఆరెంజ్ వండ్లలో 13% పాడయిపోయాయని తెలుసు. మిగతా వాటిలో 75% పండ్లని అమ్మగా అతని దగ్గర 261 ఆరెంజ్ పండ్లు మిగిలాయి. ఎన్ని ఆరెంజ్ పండ్లతో తన వ్యాపారం మొదలెట్టాడు?

2). ఈ క్రింద ఇచ్చిన సంఖ్యలని 9 చేత భాగించగలిగితే వాటిల్లోని * విలువ ఎంత?

- 3 8 * 1
- 4 5 1 * 6 0 3

3) చతురస్ర ఆకారంలో ఉన్న ఒక పొలం వైశాల్యం 180625 మీ^{2}. దానికి కంచె కట్టటానికి మీటర్‌కి 10 రూపాయల చొప్పున పడితే, మొత్తం పొలానికి కంచె కట్టటానికి ఎంత అవుతుంది?

4) 687 చేత భాగించబడగలిగి, 99547కి వీటిలో అత్యంత సమీప సంఖ్య ఏది: 100166, 99615, 99579, 98928

5) ఒక సైనిక కవాతులో సైనికులని అడ్డవరుసలు, నిలువు వరుసలలో ఎలా నిలబెట్టారంటే, అడ్డ వరుసలు ఎన్నో, అన్ని నిలువు వరుసలున్నాయి. ఒక్కొక్క వరుసలో 333 సైనికులు ఉంటే, ఆ సైనిక కవాతులో ఎంతమంది సైనికులు ఉన్నారు?

6) ఒక చతురస్రంలో ఒకవైపు 15% ఎక్కించి, ఇంకోవైపు 11% తగ్గిస్తే, ఎంత శాతం వైశాల్యం మారింది?

7) వర్గమూలం కనుక్కోండి

- 530. 3809
- 0.7

8) ఒక బ్యాంక్‌లో 1000 రూపాయలు వేస్తే దానికి చక్రవడ్డీ సంవత్సరానికి 5% వస్తుంది. మూడు సంవత్సరాల తర్వాత ఆ మొత్తం ఎంత అవుతుంది?

9) ఒక సంవత్సరానికి వేసిన మొత్తానికి, అర్థ సంవత్సరపు చక్రవడ్డీకి, 10% చొప్పున ఇచ్చే మామూలు వడ్డీకి మధ్య వ్యత్యాసం 25 రూపాయిలయితే, వేసిన మొత్తం ఎంత?

10) ఈ క్రింది దాన్ని లెక్కకట్టండి: 1/35, 3/14

11) ఈ క్రింది దాన్ని 'A' 10% లాభానికి 'B' కి అమ్మాడు. 'B' దాన్ని 5% లాభానికి 'C'కి అమ్మాడు. 'C' దానికి 924 ఇస్తే A కి ఆ రేడియో ఎంతకి వచ్చింది?

12) 77993కి అత్యంత సమీప సంఖ్యని కనుక్కోండి. అదిసరిగ్గా 718తో భాగింపబడగలిగి ఉండాలి.

13) B కన్నా 15% ఎక్కువ A పొందాడు. A కన్నా 15% ఎక్కువ పొందాడు C. A కి 9462 వస్తే ఈ క్రింది వాటిల్లో వేటిని పొందారు B,Cలు?

(8218, 10032 లేదా 8042, 10881 లేదా 1419, 10881 లేదా 8228, 10881)

14) 654తో సరిగ్గా భాగించబడగలిగే 5 అంకెల సంఖ్యలలో అత్యంత పెద్ద సంఖ్య, అత్యంత చిన్న సంఖ్యలు ఏవి?

15) అనిల్ ఉత్తర దిశగా 120 మీటర్లు, పశ్చిమ దిశగా 70 మీటర్లు, దక్షిణ దిశగా 175 మీటర్లు, తూర్పు దిశగా 22 మీటర్లు నడిచాడు. అతను బయలుదేరిన చోటునుంచి ఎంత దూరం నడిచాడో కనుక్కోండి.

జవాబులు:

1) 1200 ఆరెంజ్‌లు

2) 6,8

3) ప్రక్క = 425 మీటర్లు, ధర = రు. 17000

4) 99615

5) 110889 సైనికులు

6) 2.35% పెరుగుదల

7) వర్గమూలాలు : 23.03, 0.8366

8) రు. 1157.625

9) రు. 10000

10) 0.0285714, 0.2142857

11) ధర = రు. 800

12) 78262

13) B 8228 పొందాడు, C 10881 పొందాడు

14) 10464, 99408

15) అనిల్ 73 మీటర్ల దూరం నడిచాడు.